प्रधानाची निवड

आणि चातुर्यकथा

शरद दळवी

हे पुस्तक **माझं** आहे.

मेहता पब्लिशिंग हाऊस

PRADHANACHI NIVAD ANI CHATURYAKATHA
by Sharad Dalavi.

प्रधानाची निवड आणि चातुर्यकथा / बालसाहित्य
शरद दळवी, ४, ब्ल्यू बेले, शांतीनेज, तांबा कॉलनी, पणजी, गोवा

प्रकाशक : सुनील अनिल मेहता
मेहता पब्लिशिंग हाऊस, १९४१, सदाशिव पेठ, माडीवाले कॉलनी, पुणे ३०.
✆ ०२०-२४४७६९२४
E-mail : info@mehtapublishinghouse.com
Website : www.mehtapublishinghouse.com

मुद्रक : टेक्श्रेष्ठा सोल्यूशन्स प्रायवेट लिमिटेड, भारत

प्रथमावृत्ती : नोव्हेंबर, २००७
द्वितीयावृत्ती : जुलै, २०१५

मुखपृष्ठ व आतील चित्रे : खलील खान

किंमत : ₹ ६०/-

ISBN 978-81-7766-903-9

अनुक्रम

आजीचं घर

आणि इतर कथा

शरद दळवी

हे पुस्तक **माझं** आहे.

मेहता पब्लिशिंग हाऊस

AAJICHA GHAR ANI ITAR KATHA by Sharad Dalvi

आजीचं घर आणि इतर कथा / बालसाहित्य
शरद दळवी

प्रकाशक : सुनील अनिल मेहता
मेहता पब्लिशिंग हाऊस,
१९४१, सदाशिव पेठ, माडीवाले कॉलनी, पुणे ३०.
☎ ०२०-२४४७६९२४
E-mail : author@mehtapublishinghouse.com
Website : www.mehtapublishinghouse.com

मुद्रक : टेक्श्रेष्ठा सोल्यूशन्स प्रायवेट लिमिटेड, भारत

प्रथमावृत्ती : सप्टेंबर, २००६
द्वितीयावृत्ती : जानेवारी, २०१५
पुनर्मुद्रण : फेब्रुवारी, २०२०

मुखपृष्ठ व आतील चित्रे
घनश्याम देशमुख

(४ पुस्तकांचा संच)

अनुक्रम

बहिरदेवाची कृपा

'च्... काय कटकट आहे? अगदी बहिरं व्हायची वेळ आलीय' चंदू कातावून म्हणाला.

'या लोकांना कळत कसं नाही? एवढ्या मोठ्यानं ध्वनिवर्धक लावताहेत. इतकी मूर्खासारखी गाणी, तीही तीच तीच लावून दिवसभर ठणठणाट करतात. परीक्षा एवढी जवळ आलीय. यांचा आपला दिवसभर गोंगाट– अभ्यासातलं काही सुचत नाही... '

'सुचायचं सोड रे ऽ, काय वाचतोय ते देखील समजत नाही.' बंडूचं बोलणं मध्येच तोडून चंदू म्हणाला.

'मी परवा मागच्या गल्लीतल्या धायगुड्यांना सांगायला गेलो तर म्हणाले, वर्षभर काय हजामत्या केल्यास? मोठा आलाय अभ्यास करणारा. वर्षादोन वर्षांत एक दिवस

लावला स्पीकर की लागलं शेजारच्यांच्या पोटात दुखायला!' शामू आपला अपमान आठवून परत रडकुंडीला येत सांगू लागला.

'आमच्या शेजारच्या ठाकऱ्यांकडं चार दिवसांपूर्वीच बारसं होतं. सकाळी उठल्यापासून रात्री एक-दीडपर्यंत आपला ध्वनिक्षेपक चालूच. केवढा गोंधळ. आणि गाणी नाहीत बरं का! त्यांच्या साडेचार वर्षांच्या नातीपासून ८५ वर्षांच्या आजीपर्यंत साऱ्यांनी आपापली हौस भागवून घेतली. बडबडगीतापासनं ते जात्यावरच्या ओव्या काय, भोंडल्याची गाणी काय... काय विचारू नकोस. अरे, नंतर दोन दिवस मी काय बोलतोय माझं मलाच कळत नव्हतं.' सुताराचा शंकर म्हणाला.

साऱ्या मित्रांचं बोलणं हनुमंता ऐकत होता. पण तो काही बोलत नव्हता.

'हे तर काहीच नाही–' मागून येऊन त्यांना मिळालेला सावकाराचा राजू म्हणाला. जोशी सावकारांचा मुलगा– गावांत दोन-तीन घरं, एक दुकान आणि थोडी बागायती शेतीही त्यांच्याकडे होती– त्याचे आजोबा की कुणीतरी पूर्वी सावकारी करीत म्हणे–' राजूच्या बातम्याही मोठ्या खमंग आणि चुरचुरीत असायच्या– साऱ्या मुलांचं लक्ष आपल्याकडे आहे याची खात्री करून घेऊन तो पुढे बोलू लागला. 'आपले ते दिडके डॉक्टर आहेत नं...?' राजूच्या प्रश्नावर काही मुलं हसली. तो कुणाच्या तरी लकबी नेमक्या हेरायचा– त्यावरून काही गमतीदार नावंही ठेवायचा. डॉक्टर मध्ये काही दिवस लंगडत चालले तेव्हापासून ते डॉक्टर दिडके.

'ते परवा बाबांकडे आले होते. परवा रविवारी त्यांच्या दवाखान्याशेजारच्या हॉटेलचा कसला तरी दिन.... अं.. म्हणजे वाढदिवस होता...'

'वाढदिवस? हॉटेलचा?' बंडू लोहाराला आश्चर्य वाटले.

'हो एक वर्ष झालं त्याला– हॉटेलवाल्यानं त्यासाठी मोठमोठ्यानं स्पीकर लावले. पेशंटना त्रास व्हायला लागला. डॉक्टर त्याला हळू लावायला सांगू लागल्यावर तो त्यांना म्हणाला, पेशंटच्या कानांत बोळे घाला की...'

'अरे, पण कानांत बोळे घालून सुद्धा उपयोग नाही होत...' बंडू मध्येच म्हणाला.

'ऐक रेऽ, डॉक्टर हवालदाराकडे गेले तक्रार करायला. तो म्हणाला म्हणे, कशाला कुरकुरताय डॉक्टर? देवाच्या कामात अडथळा आणू नका– सत्यनारायण करतोय तो

हॉटेलात. सत्यनारायण तुमच्यावर कोपला तर...! डॉक्टरनी कपाळावर हात मारून घेतला. ते बाबांना कसल्या तरी प्रदूषणाविषयीसुद्धा सांगत होते. पोलिसाला ते सांगितल्यावर तो म्हणाला म्हणे, बरंच की! त्यासाठीही तुमचंच औषध घ्यायला लोक येतील.' राजूनं आपली हकीकत पूर्ण केली.

मग प्रत्येक जण आपापले अनुभव सांगण्याचा प्रयत्न करू लागला. आपले ऐकावे म्हणून प्रत्येक जण दुसऱ्यापेक्षा अधिक मोठ्यानं सांगण्याचा प्रयत्न करू लागला. तिथं सारा गोंगाट सुरू झाला.... कुणाचं बोलणं कुणाला कळेना. प्रत्येकाच्या ध्यानी ते आलं. एकदम सारे गप्प झाले. आपली चूक सगळ्यांनाच कळली. सारे हसले.

'ध्यानात आलं तर तुमच्या? ठीक आहे. तुमच्या मते मोठ्यानं कर्णे लावणं चूक आहे. कर्णे व गोंगाट असू नये. बरोबर...?' इतका वेळ शांतपणे बरोबर चालणाऱ्या हनुमंतानं विचारलं.

एकदम साऱ्यांनी जोरात होकार दिला. परत एकदम सारे शांत झाले.

'चुकलं माझं.' एकेकानं हळूच सांगितलं.

हनुमंतानं स्मित केलं.

'आपल्याला हा गोंगाट, कान फोडणारा आणि ते राजूचं कसलंसं प्रदूषण वाढवणारा ठणठणाट बंद करायचा आहे काय?' त्यानं साऱ्या मित्रांना विचारलं.

'होय... ' काहींनी हळू आवाजात म्हटलं.

'अरेऽ पण मोठी माणसं काही करू शकत नाहीत, तिथं आपण... ' राजूनं शंका काढली.

'परवा मास्तरांनी सांगितलेली गोष्ट लक्षात नाही तर तुझ्या? लहानशी मुंगी सुद्धा मोठ्या हत्तीला शरण आणू शकते. चला– शाळा आलीय– शाळा सुटल्यावर आपण वडाखाली भेटू– मग ठरवायची गंमत.' हनुमंतानं सांगितलं तसे सारे शाळेत धावले; पण प्रत्येकाच्या मनात एकच विचार होता, काय असेल हनुची गंमत...

ही सारी पोरं सोनपुरातल्या महात्मा फुले जीवन शिक्षण मंदिरात शिकत होती. हनुमंता त्यांचा लाडका. तो गरिबाघरचा. पण अभ्यास, खेळ किंवा कुठल्याही गोष्टीत तो नेहमी पहिला असे. चित्रकला हा एक विषय सोडता इतर सर्व विषयांत तो मित्रांना अभ्यासात मदतही करत असे.

दिसायला हडकुळा, गोरा, देखणा आणि मेहनती. हनुमंताचं डोकं विलक्षण तेज होतं. गोड बोलणं आणि नम्र वागणं यामुळे तो मुलांत आणि शिक्षकांत सारखाच प्रिय होता.

त्यामुळं तो काहीतरी नवीन युक्ती काढेल. काय असेल ती युक्ती? या विषयी सारी मुले विचार करीत होती.

'राजूऽ.... राजूऽऽ बहिरा झालास काय?' राजूचे वडील जोरात ओरडले.

'अं... क... काय झालं? मला काही म्हणालात?' राजूनं भाबडेपणानं विचारलं.

'अरे, तुला मी चार वेळा बोलावलं होतं. लक्ष आहे कुठं तुझं?' वडील आवाज हळू करीत म्हणाले.

हुशार आणि अतिशय खोडकर राजू त्यांचा एकुलता एक मुलगा. त्यामुळं त्यांचा लाडकाही होता. त्याच्यावर रागावून राहाणं त्यांना शक्य होत नसे.

'अं... नाही... नाही बाबा... मी काही खोडी केली नाही. कुणाला चिडवलं नाही. गळ्याशपथ...' राजूनं दीनवाणा चेहरा करून सांगितलं.

'अरे, ते नव्हे– मी मारलेल्या हाका नाही का ऐकू आल्या?'

'हो... अभ्यास नं केलाय की.... परीक्षा पुढच्या महिन्यांत आहे.' राजू नम्रपणे म्हणाला.

'अरेऽ तुला मी काय बोलतोय ते समजत नाही का?' वडील जरा जोरात बोलले.

'कसलं समजलं बाबा...?' त्यानं मान थोडी तिरकी करत विचारलं.

त्याचा तो अविर्भाव पाहून सावकारांना काही शंका आली– 'तुला नीट ऐकू येत नाही का राजू...?' त्यांनी जवळ जाऊन प्रश्न केला.

'अं... म.. पांगे गुरुजीही असंच म्हणतात...' राजू जरा रडवेल्या स्वरात बोलला.

'पांगे...? काय म्हणतांत पांगे...?' त्यांनी जोरात प्रश्न विचारला.

सावकारांचा एकच मुलगा, त्याला सर्वांनी चांगलंच म्हणावं, नावाजावं असं त्यांना वाटायचं.

'बहिरा झालास का म्हणाले– माझे मित्रही तसंच बोलले. पण दादा, मी.. मला...' राजू अगदीच रडकुंडीला आला होता. सावकारांना वाईट वाटलं.

त्यांनी राजूला वेगवेगळ्या अंतरावर उभं करून, कमी-अधिक आवाजात त्याच्याशी बोलून खात्री करून घेतली– त्यांची खात्री झाली आणि मग त्यांना काळजी वाटू लागली. राजूच्या कानांत काही बिघाड झालाय.

'चल डॉक्टरकडं जाऊ.' ते म्हणाले.

राजू डोळ्यांची पिटीपिटी उघडझाप करीत बावरल्यासारखा त्यांच्याकडं पाहात राहिला. त्याची तशी अवस्था पाहून सावकारांच्या पोटात गलबललं. त्यांनी त्याचा हात धरला व ते सरळ डॉक्टरकडे निघाले.

सोनपूर तसं मोठंसं खेडं. दोन हजार अठराशे घरांचं– आजूबाजूच्या वाड्या वस्त्या धरून. सोना नदीच्या काठी वसलेलं. नदीला सात-साडेसात महिने पाणी असायचं. तरी पण खोलगटीतल्या विहिरींना बारमाही पाणी असायचं. त्यामुळं लोक खाऊन पिऊन सुखी असायचे.

मुख्य म्हणजे मोठ्या राजमार्गाच्या जवळ आणि पंचक्रोशीतलं, बाजाराचं गांव म्हणून महत्त्व होतं.

गावात ग्रामपंचायत होती. पोलीस आऊटपोस्ट होतं. तशी टपाल कचेरी सुद्धा होती. तालुका खरेदी-विक्री संघाचं दुकान आणि कचेरी होती. दोन डॉक्टर होते. तसं एक सरकारी प्राथमिक आरोग्य केंद्रही होतं.

सावकार राजूला घेऊन डॉक्टर भुरेंच्याकडे आले. दवाखान्यात बरीच गर्दी होती. पण सावकार सरळ डॉक्टरांच्या खोलीकडे वळले. डॉ. भुरेंचं हॉस्पिटल होतं. ते शस्त्रवैद्य होते. ऑपरेशन्स करायचे.

सावकार आत घुसले, तेव्हा एक-दोन जण चुळबुळले. पण कुणी काही बोललं मात्र नाहीत.

'डॉक्टर, बघा हो ऽ, आमचा राजू कसा करतोय,' सावकार काळजीच्या सुरात म्हणाले.

कुणाला तरी तपासतांना डॉक्टरनी चष्म्याच्या वरून राजूकडे पाहिलं.

'तो काय करतोय? चांगला ठणठणीत दिसतोय की! एवढा घट्ट कशाला धरलाय त्याला? पळून जातो काय?' डॉक्टरांनी विचारले.

'नाही, त्याला... त्याला एकदम ऐकू यायचं कमी झालंय.'

'तिसरा...'

'म्हणजे?' सावकार गोंधळले होते.

तुमच्या आळीतला तिसरा. काल संध्याकाळी दोघे आले होते. वरच्या आळीतले दोघे सकाळी येऊन गेले. परवाच्या दिवशी बाजार आळीतले चौघे– बाहेर शेळके वाडीवरचे दोघे बसलेत...' डॉक्टरांनी सांगितलं.

'आं... मग... म्हणजे... काही साथ वगैरे...?' सावकार आता घाबरले होते.

'हं... साथच आहे. पण आलेली नसून आणलेली... डॉक्टर जरा मोठ्यानं म्हणाले– 'सावकार, हे बहिरेपण सध्या तात्पुरते आहे– पण पुन्हा पुन्हा व्हायला लागले की कायमची बहिरी होतील पोरं...'

त्यांचं मोठ्या आवाजातलं हे बोलणं अर्ध्या हलत्या दारामुळे बाहेर साऱ्यांना ऐकू जात होतं.

'काय... साथ आणली?....'

'कुणी?...'

'कुणी करणी केली...'

'नुसतं नाव कळू दे...' बरेच लोक आत घुसले.

'थांबा गोंधळ करू नका, दवाखाना आहे हा. चावडी नव्हे. निघा बाहेर–' डॉक्टर कडाडले.

सारे माना खाली घालून बाहेर गेले.

'सावकार, मी एक औषध याच्या कानांत घालतो. दोन गोळ्या देतो. त्या द्या. औषध एकदम कडक आहे. पुन्हा पुन्हा घातलं तर कानावर उलटा परिणाम होईल.' डॉक्टरनी सांगितलं.

'पण साथीचं काय...' सावकारांनी भीत भीत विचारलं.

'सगळे लांबकाने एकदम आत या. फक्त पेशंट. मी एकदम कानांत औषध घालतो.

कम्पौंडरकडून गोळ्या घ्या. दहा तपासणीचे... पंधरा औषधाचे...' रणांगणावरच्या सेनापतीसारखे डॉक्टर एकाच वेळी अनेक गोष्टी अनेकांना सांगत होते.

'सावकार, तुम्हाला साथीविषयी आताच काही सांगू शकत नाही– मी डॉक्टर जोशांशी बोलेन. त्यांचे म्हणणे ऐकेन. त्या प्राथमिक आरोग्यकेंद्राच्या तरण्या पोराशी बोलेन. चांगला हुशार पोरगा आहे. त्याचं ज्ञानही चांगलं आहे. तोवर सावकार तुम्ही ग्रामसभेची बैठक बोलवायला पंचांना सांगा. सगळे पंच, कर्ती माणसं... अगदी आसपासच्या वाड्या-वस्तीतलीसुद्धा, यायला हवीत. मी इतर दोन डॉक्टरांशी बोलतो– मग सगळ्यांसमोर सगळं सांगेन.' डॉक्टरनी भराभर राजू आणि इतर दोन पोरांचे कान साफ करत म्हटलं.

पोरांच्या कानानं भरभर फेस आणि घाण आलेली पाहून बघणारे सारेच पार घाबरून गेले.

'चला, पळा कम्पौंडरकडून गोळ्या घेऊन जा पोरांनो,' त्यांनी ओरडून सांगितलं– गोळ्या घेऊन पोरं पळाली.

पण सोनपुरात साथीची बातमी पसरली. तिघाही डॉक्टरकडं लोक धावले. साथीविषयी विचारू लागले.

पण कुणीही काही सांगेना... तेव्हा लोक पंचायतीच्या ऑफिसकडे धावले.

थोड्याच वेळात साऱ्या सोनपुरात दवंडी सुरू झाली.

टिपूर चांदण्यात देवळाचा कळस चमकत होता. देवळापुढचं उत्सवाचं पटांगण माणसांनी फुलून गेलं होतं. उभं गाव तिथं लोटलं होतं. पुष्कळांच्या चेहऱ्यावर काळजी स्पष्ट दिसत होती.

दोन वर्षामागं ऐन सुगीत तापाची साथ आली होती. उभा गाव तिनं लोळवला. चार-दोन दिवसांच्या तापानं बारा-पंधरा दिवस माणसं पार गळाठून गेली होती. आता परत साथ म्हटल्यावरच पुष्कळांना धसका

बसला. आयाबाया हवालदिल झाल्या होत्या. अनेकजणी अनेक नवस बोलून रिकाम्या झाल्या.

'सारं आल्यात?' सरपंचांनी खड्या आवाजात विचारलं.

मग वरची आळी, खालची आळी, बाजार, पाटील गल्ली, शेळकेवाडी, वगैरेंचा पुकारा झाला.

सारे कर्ते पुरुष हजर होते– पंचमंडळी होती.

कुणालाही आज पारावर बसू दिलं नव्हतं. तिथं झाडाची सावली म्हणून अंधार होता, तिथं पांढरा पडदा होता. तिघेही डॉक्टर हजर होते. पण प्राथमिक आरोग्य केंद्राचे डॉ. सत्यजित एकटेच बोलणार होते.

डॉक्टरनी लोकांना सांगावं एवढं बोलून सरपंच बसले.

डॉ. सत्यजित माने या दोन-तीन महिन्यांतच बदलून आले होते. तिशीच्या आतला, सिनेमातल्या नायकाप्रमाणे दिसणारा आणि आरोग्यकेंद्राच्या मागच्या पटांगणात पोरांच्याबरोबर खेळणारा हा डॉक्टर सांगणार... अनेक डोक्यांत शंका आली.

'गावकरी आया-बहिणींनो, मी तसा अनुभव आणि वयानं लहान. पण हा आजार पाहिल्यावर मला परवाच वैद्यकीय मासिकात वाचलेला लेख आठवला. मी तो शोधून काढून पुन्हा वाचला. मग ज्येष्ठ व अनुभवी डॉ. जोशी व डॉ. भुरे यांच्याबरोबर चर्चा केली. माझी खात्री झाली. ही साथ आपोआप आलेली नाही. आपण ती आणलीय...'

'आणलीय...?'

'कुणी... कोनं त्यो...'

'नांव सांगा त्याचं...'

'गाडूनच टाकू....'

'हाकलून लावू गावातनं...'

रागीट, कठोर आणि कर्कश्श आवाज उमटू लागले.

डॉक्टरनी सर्वांना शांत केलं.

'तुम्ही सर्वांनी... तुम्ही आणलीय ही साथ...'

डॉक्टरांच्या शब्दांनी थप्पड बसल्यासारखे लोक शांत बसले.

'डॉक्टर, आमी काय केलंय? काय चुकलं आमचं ते तरी सांगा की...' सरपंच बोलले.

'होय, आमची चुकी काय?' पाटलांनी जोरात म्हटलं.

'पाटील, तुमच्या नातवाचं बारसं कधी झालं?'

'झालं चार पाच दीस... म्हंजे बघा... रविवारी....' पाटलांनी आठवून सांगितलं.

'त्या दिवसापासून चार दिवस बाळ सारखं किरकिरत होतं.'

'अवो, यवडी मान्सं आली हुतीय, दृष्टबिष्ट...'

'मग डॉक्टरबाईकडं का नेलंत?'

पाटील काही न बोलता गप्प बसले.

'मंडळी शनिवारी गावचा बाजार होता. रविवारी गोकुळअष्टमीचा उत्सव, काला असं काही तरी होतं– त्या आधी शुक्रवारी पाटीलआळीत बारसं होतं. नंतर त्याच दिवशी मोमीनच्यात, म्हणजे बाजारच्या पश्चिम टोकाला त्याच्या मुलीचं लग्न होतं. बरोबर....?'

डॉक्टर सांगत असलेलं सारं बरोबर होतं. साऱ्यांनी माना डोलावल्या.

आता त्यांनी काही स्लाईडस् दाखवल्या. कान, नाक व घशाची रचना समजावली. नंतर मग विचारलं,

'ते चार दिवस गावात जोरजोरानं स्पीकर्स लावलेले होते? पाटलांच्या नातवाचे कोवळे कान घरातल्या मोठ्या आवाजाने दुखावले. त्यामुळं तो किरकिरत होता. असं पाच-सहा महिने झालं, महिन्यातनं पाच-सहा वेळा, तरी गावातली पोरं बहिरी होतील. पुढं जन्माला येणारी बहिरी आणि कदाचित मुकी होतील. जन्मणाऱ्या कोवळ्या मुलांबद्दलची ही माहिती सारजा आजीला विचारून घ्या. तिनं पन्नास-साठ वर्षं सुईणीचं काम केलंय...' एवढं बोलला आणि डॉक्टर सत्यजित खाली बसला.

'व्हय, खरं हाय ते...' आजी उठून म्हणाली.

'लोकहो, डॉ. माने म्हणतात ते खरं आहे.' डॉ. जोशींनी सांगितलं.

'ते खरं असंल, पन आमी वर्षातनं कवातरी...'

'थांबा तुम्ही हिशेब करा. आठवडी बाजारात दहा तरी कर्णे असतात. वर्षाचे बावन्न शनिवार, शिवजयंती, गणेशोत्सव, मग जत्रा दोन दिवस, एक दिवस उरूस, हे सगळे मी मोजले– सत्तर दिवस, त्याशिवाय बारसं, लग्न, सत्यनारायण, कायबाय करून दोन हजार घरं धरली तर किती होतात...'

'सगळी कुठं लावतात...?'

'शंभरातले दहा धरा. दोन हजारांत दोनशे– म्हणजे तीनशे पासष्ठ दिवसांतले अडीच पावणेतीनशे दिवस तुम्ही पोरांना बहिरे करता. त्यात बाजारात चढाओढ असते, तशी एका गल्लीत दोन घरात स्पीकर असले की कान फोडणारी चढाओढ नसते?'

डॉक्टरांच्या बोलण्यावर सारे गप्प बसले. त्यात खूपसं खरं होतं, हे त्यांनाही पटत होतं. पण लगेच परत लोक एकमेकांत बोलू लागले. गलका सुरू झाला.

'डॉक्टरना बोलू द्या. गप्प बसा...' पाटील व सरपंच एकाच वेळी मोठ्यानं ओरडले. सारे शांत बसले.

'पाणी बिघडलं की लोकहो, हगवण लागते. हवा जर बिघडली तर श्वासाचे रोग, खोकला, दमा असलं होतं. याला प्रदूषण म्हणतात. तुम्ही करताय ते आवाजाचे प्रदूषण. देवानं माणसाला बोलायची, बघायची, ऐकायची शक्ती दिलीय. त्यासाठी अवयव दिलेत. पण त्यांचा माणूस दुरुपयोग करतो व ती शक्ती गमावतो.'

डॉक्टर बोलत होते. सारा गाव गप्प होता.

'आपण वर आलेल्या सूर्याकडं पाहिलं तर डोळे दिपतात.मग काही वेळ आपल्या डोळ्यांपुढे अंधार पसरतो. आवाजाचं तसंच... माणसानं आपल्या कर्मानं आधीच ऐकण्याची शक्ती कमी केलीय. कुत्रं फटाक्यांच्या आवाजानं भुंकतं किंवा विव्हळतं, रडतं कारण त्याला त्या आवाजाचा त्रास होतो. त्याची ऐकण्याची शक्ती आपल्यापेक्षा अधिक असते. तेव्हा बंधूनो, ही साथ आपणच आणताय... ती दूर करण्याचा उपायही तुमच्याच हाती आहे. आपण कष्ट करतो ते आपल्या पुढच्या पिढीसाठी. या सोनपूरचं नाव बहिरेवाडी करायचं का ते तुम्ही ठरवा!' डॉक्टरनी आपलं बोलणं संपवलं आणि ते आपलं सामान गोळा करू लागले.

एकदम सारे लोक बोलू लागले. सारेच बोलण्याचा प्रयत्न करत असल्यामुळे कुणाचे कुणाला कळेना. एकदम साऱ्यांच्या ते ध्यानात आल्यानं ते गप्प झाले.

'मंडळी, पाहिलात फरक?' डॉ. भुऱ्यांनी विचारले.

साऱ्यांनी फक्त माना हलवल्या.

'आमी काय करावं डॉक्टर?' पाटलांनी विचारलं.

'गावकऱ्यांनी कर्णाबंदीचा ठराव करायचा. कुणीही पंचायतीशिवाय कर्णे लावायचे नाहीत. असं करणाऱ्याला दंड ठेवा. दुसरं– ठराविक आवाजापेक्षा मोठ्यानं कर्णे लावले तर दंड करा. दोनदा दंड भरून गैर वागणाऱ्यावर गावानं बहिष्कार घालावा. शाळा, दवाखाना यांच्याभोवती कर्ण्यावर कायमची बंदी घाला. मोठ्या शहरांत गाड्यांचे कर्कश्य भोंगे वाजवायला बंदी असते तशी.'

एवढं बोलून डॉक्टरनी आपल्या सामानाची पिशवी घेतली व ते निघाले. ते गावकरी नव्हते, ग्रामसभेत कशाला थांबा, असा विचार त्यांनी केला असावा.

'डॉक्टर थांबा!' सरपंचांनी विनंती केली आणि सर्व लोकांनी दुजोरा दिला.

थोड्याशा चर्चेनंतर सारे ठराव ग्रामसभेनं मंजूरही केले.

दुसऱ्या दिवशी भांडांचा हनुमंत, मल्हारी लोहाराचा बंडू, शांतू तेली, शंकर सुतार वगैरे मित्रमंडळी प्राथमिक आरोग्य केंद्राकडे धावली. त्यांच्या बरोबर सरपंचांची सुमती आणि राजमान्यांची जाईही होत्या.

'सारे आले का रे...' डॉ. सत्यजितनी विचारलं.

'होय डॉक्टर...' राजू उत्तरला.

'छान. तुम्ही गुणी आणि हुशार मुलं आहात. त्यासाठी तुम्हाला दोन बक्षिसं द्यायची आहेत...'

'बक्षिसं? कसली? कशाला?...' बंडूनं विचारलं.

'ध्वनिप्रदूषण थांबवलेत म्हणून. तुम्हा सर्वांना खेळाचं साहित्य द्यायचंय. आपले डॉ. जोशी आणि डॉ. भुरे ते देणार. तुमच्या सर्वांच्या तपासणीफीचे पैसे आणि त्यात तेवढीच भर घालून त्यांनी माझ्याकडे दिलेत...'

'पण ही युक्ती हनुमंताची, बक्षीस त्याला एकट्याला मिळायला हवं. त्याचा हक्क...' शांतू तेली म्हणाला.

'होय... होय तर...' बाकीचे एकसुरांत म्हणाले.

'पण तुम्ही साऱ्यांनी त्यात आपापलं काम उत्तम केलं. डॉक्टरभाऊंनी गावाला पटवलं... मी त्यामानानं काहीच केलं नाही...'

'नाही, मूळ कल्पना...'

'थांबा सारे. तुम्ही एकोप्यानं काम केलंत. सारेच बक्षिसाचे मानकरी आणि हनुमंता तुझा चेहरा दुःखी का...'

डॉक्टरांच्या प्रश्नाबरोबर हनुमंताचे डोळे भरून आले. त्यानं मान खाली घातली.

डॉक्टर त्याच्यापाशी गेले. खांद्यावर हळुवारपणे थोपटलं आणि विचारलं, 'काय झालं बाळा?'

'मी... माझ्यामुळं सगळ्यांना खोटं बोलावं लागलं... आपल्या आईबाबांना फसवून...' गळा भरून आल्यानं त्याला पुढं बोलवेना.

डॉक्टर काही क्षण शांतपणे त्याच्या पाठीवरून हात फिरवत राहिले.

'बाळांनो, डॉक्टर रोग्याचे ऑपरेशन करतो. रक्त काढतो. सुई टोचतो. तो दुष्ट असतो का? आई चुकल्यावर बाळाला चापटी मारते. तिचं मुलावर प्रेम नसतं? हनुमंता, राजू, शांतू, सुमाक्का, ऑपरेशन करणारा डॉक्टर करतो तेच तुम्ही केलंत. साऱ्या गावाच्या कल्याणासाठी थोडं खोटं बोललात. शिवाय आपण खरं ते सांगणारच आहोत...'

'केव्हा...' हनुमंतानं विचारलं.

'गावाला शांततेची सवय होऊ दे, शिवाय तुमचं बहिरेपण तेव्हा खोटं होतं. पण असंच चालू असतं तर...?' डॉक्टरभाऊंच्या बोलण्यावर सारे गप्प राहिले.

'मग आपण क्रीडामंडळ काढायचं ना? नाव काय?' डॉक्टरनी विचारलं. 'आणि खेळ काय आणायचे?'

'मुलांसाठी हॉकी, मर्दानी आणि मैदानी खेळ, शिवाय राष्ट्रीय खेळ.' लोहाराचा बंडू म्हणाला.

'बास्केट बॉल. मुलामुलींना दोघांना खेळता येईल?'

'दोन्ही मंजूर.' डॉक्टरभाऊ म्हणाले. 'नाव...?'

'बहिरेपणाच्या भयानं... ठीक आहे, बहिरदेव क्रीडा मंडळ... कसं आहे?' सावकाराचा राजू बोलला.

साऱ्यांनी एकमतानं संमती दिली.

हे ऐकल्यापासून गावकरी मात्र गोंधळून विचार करीत होते की हा कुठला नवा देव....?

'आजी'चं घर

'एऽ हनू... हनूऽऽ...' राजूनं मागून सादावलं.

'कोण राजूऽ..., बरं झालं भेटलास...'

'मला तुला काही सांगायचंय...' राजू म्हणाला.

'होऽ... अरे, मलाही तुला... महत्त्वाचं...'

'दोघांनाही महत्त्वाचं सांगायचंय. एकदमच सांगू तर...'

'राजू, हनू, बरं झालं तुम्ही भेटलात... मला...' बंडू लोहार मागून धावत येऊन बोलू लागला.

'तुला आम्हाला महत्त्वाचं सांगायचंय, होय ना...?'

राजूनं एवढं म्हटलं आणि ते दोघेही हसायला लागले.

'यात हसण्यासारखं काय आहे? आपली म्हातारी आजी खूप आजारी आहे!' बंडूनं गोंधळून विचारलं.

'राजू बघ, आपण नमनाला घडाभर तेल घालवलं. बंडूनं कसं धाडकन सांगितलं. मी तुला तेच सांगणार होतो. तूही तेच म्हणत होतास का?' हनुमंतानं विचारलं.

'होय, बंडूचं बरोबर आहे. म्हणून तर सौ सुनारकी एक लोहारकी म्हणतात. याचं

सगळं धाडकन असतं.' राजूनं सांगितलं.

'ठीक आहे. प्रत्येक वेळा बंडूला चिमटे घ्यायला नकोत. आता आपण कामं वाटून घेऊ. मी डॉक्टरकडं जातो. भाऊला सांगून देतो. मग शाळेत येतो...'

'आज शनिवार. शाळा अर्धी... मी आजीला गरम भात करून नेतो...' इतका वेळ गप्प ऐकणारा शांताराम म्हणाला.

'मी फळं आणि औषधं...'

'आजीच्या जवळ कुणीतरी बसायला हवं. मी तापानं आजारी होतो तेव्हा एकटं वाटायचं...' बंडू म्हणाला.

'ते आपण पाळीपाळीनं बसू'. हनुमंत म्हणाला.

'मी सुद्धा.' मागून आवाज आला. जाई मागनं आली होती. याच वर्षी ती आपलं छोटं दप्तर घेऊन शाळेत जाऊ लागली होती.

'तू...?' राजूनं चिडवलं.

'का? तुझी एकट्याची आजी आहे? बघ रे ऽ हनुदादा...' जाईनं तक्रार केली.

'पण आजीला तू बसलीस जवळ तर लौकर बरं वाटणार आहे, हे राजूदादाला कुठं माहीत आहे? तू जायलाच हवं!' बंडूनं तिची समजूत काढली.

'पण आजीला झालंय काय?' राजूनं विचारलं आणि सारेच गोंधळले.

'हं सगळंच मुसळ केरात. शाळेला थोडा वेळ आहे. मी धावत जाऊन पाहातो.' राजू आपल्या घड्याळात पाहात म्हणाला.

साऱ्या गावासमोर आपल्या पोराचा सत्कार झाला म्हणून खूष होऊन सावकारांनी त्याला एक घड्याळ घेतलं होतं. राजू प्रथम घ्यायला तयार नव्हता. सगळ्यांनीच कष्ट केलेत. आपण एकटे घड्याळ बांधून मिरवणार नाही, असं त्याचं म्हणणं होतं.

पण कुणाकडं घड्याळ नाही. त्याच्या घड्याळाचा उपयोग तरी सर्वांनाच होईल, म्हणून दोस्तकंपनीनं आग्रह करून त्याला ते घ्यायला लावलं होतं. मग सावकारांनी प्रत्येकालाच त्याच्या गरजेप्रमाणं लहान-मोठी भेट दिली होती.

'तू नको. वर्गप्रमुखानं वेळेच्या आधी वर्गात जायला पाहिजे. मी धावत जाऊन पाहातो. डॉक्टरदादाला सांगतो आणि शाळेत येतो.' हनुमंत म्हणाला.

'दप्तर इकडे दे. ते घेऊन धावू नको.' बंडू उद्गारला.

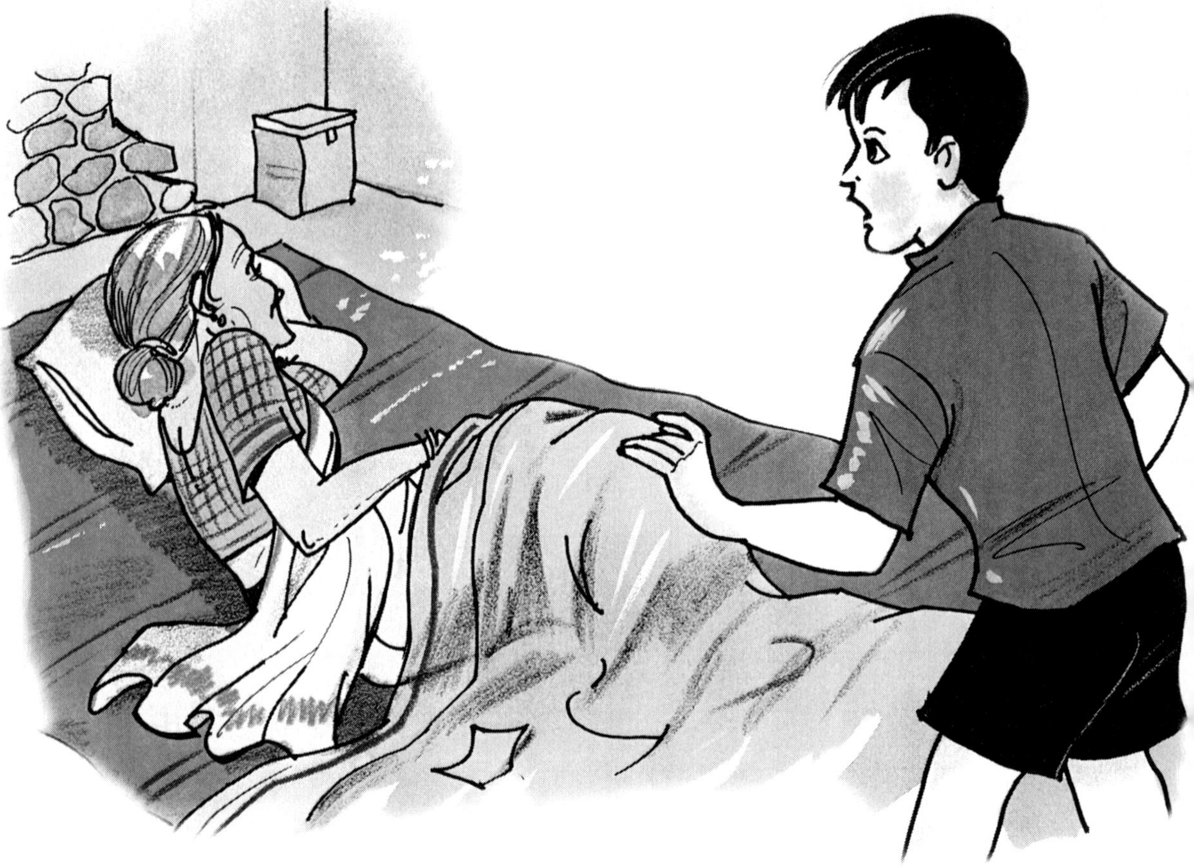

'चिमणू, तू जाऊन सुमतीआक्काला सांग हे!' असं म्हणून तो धावत मागे निघाला.

आपल्याला महत्त्वाचं काम सांगितलं म्हणून खूष झालेली जाई, त्याच्याबरोबर जायचा बेत विसरून सरळ शाळेकडं निघाली.

हनुमंत धावत म्हातारीच्या झोपडीकडे आला. लहानशा एक-दीडखणी झोपडीत म्हातारी एका फाटक्या वाकळेवर झोपली होती. हनुमंतानं जवळ जाऊन पाहिलं. म्हातारीची वाकळ अर्धवट भिजलेली होती. वर आपलंच एक जुनं लुगडं घेऊन पाय पोटाशी घेऊन पडली होती. ते लुगडं देखील आंबटओलं असावं. म्हातारीच्या अंगात खूपच ताप होता.

हनुमंतानं कपाळावर हात ठेवताच म्हातारीनं डोळे उघडले. ती तापाच्या गुंगीत होती.

'को... न... कोन... ते...' म्हातारीनं विचारलं.

'मी हनमंता. आज्जे, खूप तापलंय अंग!'

'उलीसं गरम झालंय लेकरा. व्हईल बरं!' ती कसंबसं म्हणाली आणि तिनं परत डोळे मिटले.

हनुमंताने इकडं तिकडं पाहिलं.

झोपडीत खूपच गळत होतं. वरच्या पत्र्याला जागोजाग भोसके पडले होते. काही कौलं फुटली होती. भिंतीत वरपर्यंत ओल धरलेली होती. तर जमिनीवर पाय चिकटून बसेल एवढी ओल होती.

झोपडीची दशा पाहून हनुमंताचे डोळे भरून आले. तो तसाच प्राथमिक आरोग्यकेंद्राकडं धावला.

हनुमंतानं पहिली कुदळ मारली. त्या ओल्या भिंतीचा भला मोठा ठेपसा खाली पडला.

मग भराभर जमलेल्या पोरांचे घाव पडू लागले.

सकाळचा सूर्य आळसटल्यासारखा दिसत होता. त्याच्यावर ढगांनी आडोसा धरला होता. तरी तो आळोखेपिळोखे देत वर येत होता.

येत्या आठवडाभरात पावसानं सारखा धमाका लावला होता. वेळ नाही न् काळ नाही. दिवस नाही की रात्र नाही. सारखी आपली धार. पण आज जरा विसावा घेतोय असं वाटत होतं.

एवढ्या थंडगार सकाळी उबदार घोंगड्या-वाकळीत झोपायचं सोडून ही आठ-दहा पोरं-पोरी टिकाव, खोरी, घमेली आणून असला मोडामोडीचा खेळ करत होती.

त्याच वेळी दाताला मशेरी लावत जंगम कुठून तरी आला. महादेवअण्णा जंगम म्हणजे महाथट्टेखोर माणूस. एकटा जीव. वाण्याच्या दुकानात दिवसभर राबायचा. संध्याकाळी महादेवाच्या देवळात. देवळाशेजारी एक पत्र्याचं खोपटं होतं त्याचं. तिथं हातानं करून खायचा. येताना त्यानं हे आक्रित पाहिलं आणि तोंडात बोट तसंच घेऊन आऽ वासला.

'आरं एऽ पोरांनो, काय चालिवलंय? म्हातारीचं खोपटं का पाडताय? आ... म्हातारी कुटाय? खपली का काय...?'

'म्हादेवअण्णा, म्हातारी आजी खूप आजारी आहे. तिला आम्ही दवाखान्यात

ठेवलीय काल. वरनं गळतंय खोपटं. खालनं ओल येती, म्हणून ती फार आजारी पडली.' हनुमंतानं सांगितलं.

'हं... असं व्हय. पन तिनं न्हायाचं कुटं? गळतं म्हनून कोन घर पाडतो का? पडसं झालं म्हनून नाक कापल्यावानी करताय...' अण्णा जंगम म्हणला.

'आनि आल्यावर कुटं न्हावं तिनं...'

'माझ्यात राहील की. भरपूर जागा आहे.' राजू म्हणाला.

'अण्णा, म्हातारी हितं राहिली तर ती गारठ्यानं आणि ओलीनं मरून जाईल. म्हणून आम्ही हे घर पाडून नवं बांधून देणार.' सुमाक्का म्हणाली.

सरपंच आपल्या लाडक्या लेकीला भाजीसुद्धा खुडायला देत नव्हता. ती घमेलं घेऊन माती उचलायला आलेली बघून जंगमाला धक्काच बसला.

'घर बांदायचं म्हंजे पोरखेळ हाय? तोंडचं काम ते? त्याला पैसा नको?' जंगमानं विचारलं.

'आमी हे घर श्रमदानानं बांधणार आहोत.' शांतू म्हणाला.

'म्हादेव अण्णा, आजीनं गावातल्या इतक्या लोकांना जन्माला घातलं. न्हाऊ-माखू घातलंय. कोण आजारी पडलं सेवा करायला धावली. सगळ्यांना मदत केली. केव्हा काय मागितलं?....'

'माजा बाप हिच्यामुळं जन्मलाय, मग आमी नको तिच्यासाठी घर बांधायला?' गणपासुताराच्या शंकरनं विचारलं.

'अण्णा, साऱ्या गावानं एकेक वीट आणि कौल ठेवलं तर म्हातारीचं घर होईल की!' सुमाक्का म्हणाली.

'त्यालाच श्रमदान म्हणतात. तसं आम्ही करतोय.' हनुमंता बोलला.

जंगम पोरांकडं बघत राहिला. पोरं बोलतानासुद्धा भरभर हात चालवत होती. पण पोरं....

महादेव जंगमाला आठवलं. वाण्यानं एक अनाथ पण जातवालं पोर म्हणून आपल्याला आधार दिला. पण या म्हातारीनं केवढी माया दिली. गरीब पण केवढं मायाळू. घासातला अर्धा घास खाऊ घालायची. पोर दमलं असेल, म्हणून गरम पाण्यानं हातपाय शेकायला लावायची.

आपण मोठे झाल्यावर म्हातारीची किती विचारपूस केली? त्याच्या मनात प्रश्न आला. त्याचे डोळे भरून आले. आपण एकटे. तशीच तीही. आपण तिची विचारपूस केली नाही... आपल्याला मात्र तिनं आईची माया दिली...

जंगमाला अपराधी वाटू लागलं.

'फार थोर काम करताय तुमी पोरानु. आमा म्हाताऱ्या घोड्यांना दिसलं न्हाई. मी जरा हात लावला तर चालंल?' त्यानं मऊपणानं विचारलं.

'अण्णा तुम्ही...?'

'वा. छानच...'

सारी पोरं आनंदली.

पाच मिनिटांत परत येऊन जंगम कामाला भिडला.

सूर्याची किरणं पडण्याआधी पोरं आणि जंगम म्हातारीचं घर

पाडताहेत एवढी बातमी गावात ज्याच्या त्याच्या तोंडी झाली. कितीतरी माणसं म्हातारीच्या घराभोवती जमली होती. सारी एकमेकांशी बोलत होती. त्यामुळे सगळा कालवा होत होता.

काम करणारे आपले काम हळूहळू पण नेटानं करत होते. कुणी काही विचारलं तर उत्तर देत नव्हते.

तेवढ्यात तिथं सरपंच आणि पंचही आले.

"एऽ... काय कालवा हाय? काय चाललंय ऑ? म्हादू, अरं गांजा ओढलास का वेड लागलंय? आन तू सुमेऽ...' सरपंचानं आश्चर्यानं विचारलं. 'शाळा-अभ्यास सोडून ही लोकांची घर पाडायचा उद्योग कशाला? म्हातारी कुटाय?' सरपंचानी प्रश्नांची आणखी फैर झाडली.

'आजअखेर येडा होतो. पोरांनी शाणं केलं मला. मी तेन्ला मदत करतोय.' प्रथम महादेवअण्णानं आपल्यापुरतं उत्तर दिलं.

'अप्पा, म्हातारी आजी आजारी आहे.' सुमती म्हणाली.

'अरे, हे काय आक्रित? घर पाडल्यावर म्हातारी कुठं राहणार?' सरपंचांनी जोरात विचारलं.

'का? न्हाईल की तुमच्या वाड्यावर. न्हाईतर मी न्हीन माज्या पत्र्यांत.' जंगम तिरकस बोलला. मग त्यानं एकदा काम थांबवून सगळीकडं पाहिलं.

'तुम्ही सरपंच म्हणून सारं ब्याजवार सांगतो. न्हाईतर काम सोडून गोष्टी बोलायला सवड कुटं हाय?' असं म्हणून जंगमानं व्यवस्थित सांगितलं.

'आम्ही म्हातारं झालो. पन आमाला हे दिसलं न्हाई. पोरांत देव असतूय. पोरांनी म्हनून तिच दुक दिसलं. मी गरीब, मला पोरक्याला उभ्या गावात यकट्या म्हातारीनं माया दिली. पन मी गरीब. मी पैक्याला किती पुरनार? पन कष्टानं म्हातारीच्या मायेचं मुद्दल न्हाई पन व्याज तर फेडीन.' जंगम सांगत होता.

सारा गाव ऐकत उभा होता.

'हितं सारा गाव जमलाय. एका घरानं सांगावं म्हातारीच्या उपकाराचं रीण त्यांच्यावर न्हाई. सगळ्यांची नडतोड, आजारपणं, बाळंतपण, म्हातारीनं काडली कधी काय मागिटलं? शेर-मापटं दिलं ते आनंदानं घेतलं. कधी कुणाचं उणं दुण

न्हाई, का तक्रार न्हाई. साऱ्या गावाची आज्जी ती. तिचं दुखलं खुपलं बगायला कोन फुडं सरलं? ही टिचभर पोरं! त्यानला म्हातारीचं दुक दिसलं. तीच धावली. दवाखान्यात नेलं. औषदपानी केलं. देव जागा झाला पोरांच्यात. आनि आमी? फिरतुय आपलं येड्याच्या रेड्यावानी आपल्याच नादात.'

बोलताना जंगमाचा गळा भरून येत होता. त्याच्या डोळ्यातनं अश्रू येत होते.

सारा गाव शांतपणे ऐकत होता.

जंगमाचं बोलणं संपलं, तशी आठ-दहा लोक पुढं सरले. त्यांनी पोरांच्या हातातल्या कुदळी, फावडी घेतली....

एक तासात म्हातारीच्या घराची जागा साफ झाली.

पुरुषांनी आधी छप्पर उतरवलं. मग भिंती पाडल्या. कुणी न सांगता, बायकांनी पुढं होऊन घमेली-पाट्या घेऊन दगड-माती सारं बाजूला केलं. शिस्तीत सारं सामान एकीकडं रचलं. मुलं आपल्या परीनं मदत करत होती.

सारं काम संपलं. कुणाला न्याहारीची आठवण झाली नाही की दुसऱ्या कामाची. प्रत्येक जमलेल्या माणसानं आपल्यापरीनं थोडीतरी मदत केली होती.

'घर पाडलं गड्या पन पुढं काय?' सरपंचानी विचारलं.

'आम्ही घर बांधणार!' हळूच हनुमंता म्हणाला.

'क... काय?' सरपंचाना जणु विजेचा धक्का बसला होता.

'हे बघा, या चित्राप्रमाणे आजीचं घर करायचं. एक ड्रॉइंगच्या कागदाची सुरळी दाखवून हनुमंत म्हणाला.

सरपंचांनी नकाशा पाहिला. घराचा आराखडा, कुठं काय व कसं करायचं हे होतं. त्याचबरोबर घराचं एक रंगवलेलं चित्रही कोपऱ्यात होतं.

'कुणी काढलं?' सरपंचानी विचारलं.

'शंकरनं...'

'पण हनुमंतानं कसं काढायचं ते सांगितलं...' शंकर म्हणाला.

सरपंचांचं बोलण्याकडं लक्ष नसावं.

'गणपादा, अरं ये ये... बघ, पोरानं इंजिनेरापरीस चांगलं काढलंय. पोराचे पाय पाळण्यात... इंजिनेर होणार बघ तुझा शंकर. काय शंकरराव...?'

सरपंचांच्या प्रश्नावर शंकर लाजला.

'झकास नकाशा काढलाय.' बघणाऱ्या सगळ्यांनी शंकरला शाबासकी दिली. प्रत्येकानं हनुमंता आणि शंकरला नावाजलं.

'हे समदं खरं... पन घर म्हंजी... पैशाचं काम!' कुणीतरी म्हणालं, सारे एकदम गप्प झाले.

'पैका नको न काय नको. सांग रं हनमा!' जंगमानं हनुमंताला त्याची कल्पना सांगायला सांगितली.

थोडासा घुटमळत तो पुढे झाला. मग श्रमदानाची कल्पना सांगितली. घरटी एक वीट आणि एक कौल दिलं तर किती काम होऊ शकेल...

साऱ्या गावानं ती कल्पना उचलून धरली.

'माझ्याकडं दोन गजासकट खिडक्या आहेत. शिवाय एक चौकट आणि दार मी देतो. चार सर पण आहेत.' शंकरचा बाप म्हणाला.

कुणाच्या शेतात आडवी येणारी बाभळ तोडायची होती. कुणाकडं जुनी कौलं फुटून जात होती. माळीणबाईंच्या परड्यात पांढरी माती होती...

सरपंचाला मागच्या गडग्याजवळ पडलेले दगड आठवले. त्यानं उगीच साप किरडू बसायचं. ते हलवायलाच पाहिजेत असा त्यांनी निर्णय घेतला.

गावातल्या प्रत्येकाकडे काहीना काही होतं. श्रम तर प्रत्येकजण देऊ शकत होता.

गाव करील ते राव काय करील? साऱ्या गावाचे हात त्या कामाला लागले. पण...

पोरं मात्र नाराज झाली. पण तुमची आजी ती आमची आई– आम्ही गप्प बसायचं का? असं वडील मंडळी म्हणाली. शिवाय त्या आराखड्याप्रमाणं काम करायचं आणि शेवटचं रंगकाम फक्त मुलांनी करायचं असं सांगून त्यांचा रुसवा काढला गेला.

'डॉक्टर... आता बरं हाय माज्या जिवाला. घराकडं कदी सोडताय?' म्हातारीनं हळू आवाजात विचारलं.

'इथं काही त्रास आहे? कुणी कटकट करतंय?....' डॉक्टरनी हळुवारपणं विचारलं.

'तसं काय न्हाई... पन...' म्हातारी घुटमळली.

'मग काय...?'

प्राथमिक आरोग्य केंद्रात ती आता तीन-साडेतीन आठवडे होती. तेवढ्या वेळात तिची सारी माहिती त्यांना झाली होती. शिवाय पोरांच्या उद्योगामुळं गावात काय चाललंय तेही त्यांना कळत होतं. बहिरदेव मित्रमंडळ त्यांना वेळोवेळी बातम्या देत असे.

सरपंचांनी, आपण सांगितल्याशिवाय तिला सोडायचं नाही, असं सांगितलं होतं.

'हे बगा डाक्टर... पाखरं आभाळात उडतात. जग बघून येतात. पन परत घरट्यातच मागारी येतात. आता देवाच्या घरट्यात जायाचं कदीतरी. लेक गेलीय, तिचा बाप कवाच गेलाय, मी एकलीच इतकी लांब कशाला राह्यले...' म्हातारीनं एक लांब सुस्कारा सोडला.

'देवाचं काम करायला आजी, देवाचे जीव सुखरूपपणे जगात आणायचं काम केलंत की!' डॉक्टर हसून म्हणाले.

म्हातारीचे डोळे लुकलुकले.

गेले चार दिवस ती बरी होती. शक्तीची इंजेक्शने, कॉम्प्लान, चांगलं जेवण यामुळे ती आधीपेक्षाही बरी झाली होती.

बरं वाटल्यापासनं म्हातारीनं घराकडं सोडायचं टुमणं लावलं होतं. पण गावकऱ्यांनी सांगितल्याप्रमाणं ते न्यायला आल्याशिवाय तिला सोडायचं नव्हतं. आज गावकरी येणार होते.

गेला आठवडाभर बाळंतिणीच्या आणि बाळाच्या छोट्या दुखण्यावर खूपशी औषधं त्यांनी तिच्याकडून समजून घेतली होती. त्यांनाही तिचा लळा लागला होता.

म्हातारीला पाहून त्यांना आपल्या लहानपणी गेलेल्या आजीची आठवण व्हायची. तीही अशीच प्रेमळ, सोशीक, कष्टाळू आणि काटक होती.

'आजी, आम्ही तुमचे कुणी नव्हे? जरा बरं वाटल्यापासनं सारखं 'जातो जातो' करताय. तुमच्यासारखीच होती माझी आजी. तुम्हाला बघून तिला भेटल्यासारखं वाटतं. तुम्ही मात्र परक्यासारखं वागवताय.' डॉक्टर म्हणाले.

'न्हाई रं लेकराऽ...' म्हातारी एकदम म्हणाली आणि तिनं डॉक्टरांच्या चेहऱ्यावरून दोन्ही हात फिरवून आपल्या कानशिलावर बोटे मोडली...

डॉक्टरांच्या चेहऱ्यावर आनंद उमटला...

त्याच वेळी बाहेरून एकदम पाटील आणि सरपंच आत आले.

'डॉक्टर, किती दिवस ठेऊन घेताय आमच्या म्हातारीला? सोडणार कधी?' पाटलांनी विचारलं.

'कधीही. त्यांची इच्छा असेल तेव्हा....!' डॉक्टर हसत म्हणाले.

'आज?' म्हातारीनं लगेच विचारलं.

'का? नातवाचा कंटाळा आला?' डॉक्टरनी विचारलं आणि म्हातारी एकदम गप्प झाली. डॉक्टर हसले.

'ठीक आहे. पाटील, सरपंच, तुम्ही जपून नेणार असाल, नीट काळजी घेणार असाल, तर सोडतो आज.' डॉक्टर म्हणाले.

पण म्हातारी एकदम न उठता जरा घुटमळली.

'आजी, नमस्कार करतो. आशीर्वाद असू दे.' डॉक्टर नमस्कार करत म्हणाले.

'औक्षवंत व्हा... लक्ष्मी येऊ दे आता घरात...' म्हातारी पुटपुटली आणि निघाली.

दवाखान्यातली कामगार मंडळी गावाच्या जवळपासची होती. तीही पाया पडली. सरपंचांनी तिची टॉनिकं, गोळ्या, कॉम्प्लानचा डबा वगैरे सामान घेतलं.

बाहेर सजवलेली गाडी उभी होती.

'आ... गाडी-घोडं कशाला? जाऊ की चालत.' म्हातारी म्हणाली.

'म्हातारे, तू मला कडेवर उचलून घेत होतीस का नाही? आता मी उचलून गाडीत

ठेवणार.' सरपंचांनी म्हटलं आणि तसं केलंही.

कधीही कुणाकडनं सेवा न घेणारी म्हातारी... तिला जरा संकोच वाटला. पण आईनं लेकरांना सेवा करायला दिलीच पाहिजे, असं त्यांनी जोरात सांगितलं. आजारानं ती पिसासारखी हलकी झालीय असंही सांगितलं.

सजवलेल्या गाडीतनं म्हातारी आली. गाडी आणली म्हणून म्हातारीला आनंदही होत होता व विचित्रही वाटत होतं. ती गोंधळली होती.

गाडी गल्लीत आली. सारी घरं तीच होती. पण तरीही काही तरी वेगळं होतं. गल्ली स्वच्छ होती. पताका लावल्या होत्या. सारी बायका-पोरं तिच्या स्वागताला आली होती.

गणपा सुतार पुढं झाला. त्यानं तिला अलगद उचलून खाली घेतलं.

म्हातारीनं समोर पाहिलं आणि तिनं उचललेला पाय परत तसाच टेकवला. आपले डोळे उघडझाप करून समोर परत परत पाहिलं.

समोर एक छान दोन खणी घर दिसत होतं. अर्ध्यावर पत्रा होता, तर एका बाजूच्या अर्ध्यावर कौलं होती. समोर मध्यभागी दार होतं. त्याच्या दोन्ही बाजूला दोन खिडक्या होत्या.

'लेकरानू, मला माज्या खोपटात नेऊन सोडा. आता लोकाच्या घरात नगं. कुनाला तरास कशाला?' म्हातारी जरा कापऱ्या आवाजात म्हणाली.

'म्हातारेऽ... हे तुझंच खोपटं. गळत होतं, जरा ओल येत होती म्हणून दुरुस्त केलंय.' सावकारांनी सांगितलं.

'आं... हे... जरा...'

'म्हातारे आमी तुझी लेकरं. मी... मीच का? इथं जमलोय ते सगळेच तुझ्या हातनं जन्मलो. आमच्या मायबरोबर तू आमचं हगू-मुती काढलीस. माझ्या आईचा जीव तुझ्यामुळं वाचला. पण आम्ही करंटे. तुझी लेकरं आम्ही, पण तू काय खातीस, कशी राहतीस... कशाकडे आमचं लक्ष नव्हतं. आमचं चुकलं म्हातारे, फार फार चुकलं. तू एवढी आजारी, पण...' सावकारांचा गळा भरून आला.

'ह्यो हनमा, सुमाक्का, बंड्या, शांत्या ह्येनी आमचं डोळं उघडलं बघ.' रामू शिंपी म्हणाला.

'पोरांत देव असतोय. त्या पोरापास्नं आमी अक्कल घेतली बघ. माज्या शंकरनं नकाशा काडला. हनमंता, राजू, सुमाक्का, बंड्या, शांत्या, अगं ही धाकली जाई सुद्धा. सगळ्या पोरापोरींनी घर बांधायचं ठरवलं. ते कामाला लागले. आमाला लाज झाली. मग आमी फुडं सरलो. त्या पोरांनी देकरेक करून काम करून घेटलं. साऱ्या गावाची आई हाईस तू. पोरांनी घर रंगिवलंय...' गणपा सुतार सांगू लागला.

'हे घाल. बघ कसं झालंय...' असं म्हणून सावकारांनी खिशातून एक पेटी काढली. त्यातला जाड भिंगांचा चष्मा काढला. हळूच तिच्या कानावर बसवला. तिनं समोर पाहिलं...

'हे... समोरचं घर...' तिला समोर काही अक्षरं दिसली. तिनं लावून वाचली.

'आजीचं घर.'

तिचे डोळे भरून आले. हातपाय लटपटू लागले. समोरचं काही दिसेनासं झालं.

गणपानं पुढे होऊन म्हातारीला अलगद उचलून घराकडं नेलं. अलगद नेऊन घराच्या उजव्या बाजूच्या ओट्यावर बसवलं.

म्हातारीच्या डोळ्यांतून घळाघळा अश्रू वाहात होते. ती उसासे टाकत हुंदके दाबण्याचा प्रयत्न करीत होती.

'म्हातारे, पोरांनी केलंय हे. गोड मानून घे. आमच्या चुकी पोटात घे. सगळ्या गावाची सांगनी हाये...' पाटील पुढं होत म्हणाले. सरपंच, गणपा, रामू आणि गावातली पाच-सात मोठी माणसं तिच्या समोर हात जोडून उभी होती.

म्हातारीनं फक्त मान हलवली.

'कुटं हाईत माजं बाळकृष्ण...? कुटं हाइत लेकरं...?' उमाळा जरा कमी झाल्यावर भरल्या गळ्यानं, कापऱ्या आवाजात तिनं विचारलं.

धाडकन दार उघडलं गेलं.

'आज्जेऽ आमी आलोऽ...' जाई ओरडत आली. म्हातारीच्या गळ्यात पडली. तिच्या मागोमाग हनुमंत, राजू, बंड्या, शांतू, सुमाक्का... सारी पोरंपोरी होती.

म्हातारीनं साऱ्यांना आपल्या जवळ बोलावलं. आपल्या थरथरत्या हाडकुळ्या हातांत मिळतील तेवढ्या पोरांना जवळ आपल्या मिठीत ओढलं.

आजवर अंधारात गुपचूप आपले दुःखाचे अश्रू ढाळणारी म्हातारी, साऱ्या गावासमोर रडत होती आणि तिथं जमलेले गावकरीही तिला साथ देत होते.

असे गुरु... असे शिष्य

सत्यपरीक्षा

आणि

इतर कथा

शरद दळवी

हे पुस्तक **माझं** आहे.

....

....

मेहता पब्लिशिंग हाऊस

SATVAPARIKSHA ANI ITAR KATHA by Sharad Dalvi

सत्त्वपरीक्षा आणि इतर कथा / बालसाहित्य

४, ब्ल्यू बेले, शांतीनेज, तांबा कॉलनी, पणजी, गोवा.

प्रकाशक : सुनील अनिल मेहता
मेहता पब्लिशिंग हाऊस, १९४१, सदाशिव पेठ, माडीवाले कॉलनी, पुणे ३०.
✆ ०२०-२४४७६९२४
E-mail : info@mehtapublishinghouse.com
Website : www.mehtapublishinghouse.com

मुद्रक : टेक्‌श्रेष्ठा सोल्यूशन्स प्रायवेट लिमिटेड, भारत

प्रथमावृत्ती : नोव्हेंबर, २००७
द्वितीयावृत्ती : जानेवारी, २०१५

मुखपृष्ठ व आतील चित्रे
खलील खान

किंमत : ₹ ६०/-

ISBN 978-81-7766-917-6

अजब गुरुदक्षिणा १

सत्त्वपरीक्षा २५

न घेतलेलं दान ५

परीक्षा १६

अजब गुरुदक्षिणा

पाच हजार वर्षांपूर्वीची गोष्ट. हस्तिनापूर नावाचे एक मोठे नगर होते. तिथे कुरुवंशाचे राज्य होते. त्यांच्या युवराजांना शिकविण्यासाठी जे गुरू हस्तिनापुरात राहत होते, त्यांचे नाव साऱ्या भारतात गाजत होते. युद्धशास्त्राचे सर्वश्रेष्ठ आचार्य, विशेषत: धनुर्विद्येचे, म्हणून ते प्रसिद्ध होते. प्रख्यात धनुर्धर परशुरामांचे ते शिष्य. त्यांचे नाव द्रोणाचार्य. कौरव आणि पांडवांना ते शस्त्रविद्या आणि युद्धविद्या शिकवीत.

आचार्यांचे नाव ऐकून एका निषाद-नायकाच्या मुलाला त्यांच्याकडे शिकण्याची इच्छा झाली. निषाद म्हणजे आर्यांच्या आधीचे निवासी. ते अरण्यात राहत. धनुर्विद्या तर त्यांची जीवनसखी. यातले प्रगत ज्ञान घ्यावे या इच्छेने निषादपुत्र एकलव्य आचार्यांकडे आला. त्याने

द्रोणाचार्यांकडे विद्यायाचना केली.

द्रोण विचारात पडले. ‘योग्य शिष्याला विद्यादान करेन,’ अशी शपथ प्रत्येक शिक्षक घेत असे. पण द्रोणांचे स्वतंत्र गुरुकुल नव्हते. ते कौरव-पांडवांचे गुरू असले, तरी त्याबद्दल त्यांना वेतन मिळत असे.

निषाद हे आर्यांना आपले शत्रू मानीत व आर्य निषादांना हलके लेखीत. ‘राजपुत्रांच्या बरोबर या हलक्या मानल्या गेलेल्या निषादाला कसं बरं शिकवायचं? भीष्म रागावले तर? आपली नोकरी जायची.’

द्रोण या विचाराला भ्यायले. त्यांनी एकलव्याला नकार दिला. काहीही करून स्वत: विद्या मिळवायचीच, असा मात्र एकलव्याने निश्चय केला. गुरु द्रोणांचा पुतळा करून बारा वर्षं सतत ध्यास घेऊन त्याने विद्या साध्य केली.

एकदा कौरव-पांडव त्या वनात शिकारीला आले. त्यांची कुत्री इकडे तिकडे धावून, भुंकून सावज बाहेर काढू लागली. त्यांतला एक कुत्रा चुकून वनात आत गेला. तिथे एकलव्य आपली साधना एकाग्रपणे करीत होता. कुत्र्याच्या भुंकण्याने त्याच्या या अभ्यासात व्यत्यय आला. त्याने सात बाण मारून कुत्र्याच्या तोंडाभोवती सापळा तयार केला. सापळा

असा की, त्याला इजा होऊ नये आणि त्याला भुंकताही येऊ नये. कुत्रा धावत कौरव-पांडवांकडे गेला. त्याला पाहून कौरव-पांडवांना आश्चर्य वाटले. कुणालाही त्याचा बाणांचा सापळा सोडविता येईना. शेवटी ते सगळे त्या धनुर्धराचा शोध घेत गेले. एकलव्याने त्यांचे स्वागत केले.

'कुत्र्याला मोकळं का केलं नाही' असे त्याने विचारताच साऱ्यांनी माना खाली घातल्या. त्याने एकाच बाणात सातही बाण सुटे करून वेगवेगळ्या दिशांना उडविले. त्याचे कौशल्य पाहून कौरव-पांडव चकित झाले. तो कोण, त्याचे गुरू कोण, हे कळून तर आश्चर्यातच पडले. अर्जुन मात्र मनातल्या मनात मत्सराने जळू लागला. द्रोणांनी आपल्याला जगातला

सर्वश्रेष्ठ वीर करण्याचे वचन दिले होते. हा तर स्वत:ला द्रोणांचा शिष्य म्हणवतो. तो आपल्यापेक्षा श्रेष्ठ आहे, हे त्याच्या मनाला सहन होईना.

अर्जुनाने गुरु द्रोणांना हे सांगितले. 'माझ्यापेक्षा श्रेष्ठ शिष्य तुम्ही कसा तयार केला', असा थेट प्रश्न केला. द्रोणांनी सांगूनही त्याची समजूत पटेना.

अखेर गुरू द्रोण त्याला घेऊन एकलव्याकडे आले. त्याच्या निष्ठेचे, साधनेचे, तसेच स्वकष्टाने त्याने मिळविलेल्या विद्येचे त्यांना कौतुक वाटले. त्यांनी एकलव्याला सांगितले, ''तू मला गुरू मानीत असशील, तर गुरुदक्षिणा म्हणून तुझ्या उजव्या हाताचा अंगठा कापून मला दे.'' एकलव्याला द्रोणांनी प्रत्यक्ष शिकवले नव्हते. तरीही त्याने त्याच्या शब्दाबरोबर आपला अंगठा कापून गुरूंच्या चरणी वाहिला. शिष्याची निष्ठा, दानत पाहून गुरूंचा पराभव झाला.

त्याला आशीर्वाद देऊन दु:खी होऊन द्रोण परत गेले.

पुढच्या दोन बोटांनी बाण ओढून पुन्हा अधिक चांगली धनुर्विद्या त्याने मिळविली. अर्जुनापेक्षा श्रेष्ठ. भारतीय युद्धात द्रोणांच्या हत्येचा बदला घेण्यासाठी तो समोर आला, तेव्हा अर्जुनही गोंधळून गेला. म्हणूनच श्रीकृष्णाला एकलव्याचा वध करावा लागला.

न घेतलेलं दान

"नाही नाही, आता नाही हे सहन होत..."

"आपण गप्प बसतो त्यामुळं तो अधिक..."

"खरंय.... हे फारच वाढतंय..."

"आपण गुरुदेवांचा असा घोर अपमान सहन करायचा? तोही रोज रोज...? धिक्कार असो आपला..."

गौतम बुद्धाचे शिष्य आपापसांत जोराने चर्चा करीत होते.

"आपण हे गुरुदेवांना सांगू..."

"अरेऽ तो बघ, आनंद येतोय. त्याच्याशीच आधी बोल. मग..."

एकजण बोलला. मग सारेच

गप्प झाले व आनंदची वाट पाहू लागले. हे सारे गौतम बुद्धांचे शिष्य.

गौतम म्हणजे कपिलवस्तूचा राजकुमार. राजा शुद्धोधनाचा पुत्र.

माणसांच्या जीवनातल्या दु:खांची जाणीव गौतमला झाली. साऱ्या जगाला दु:खमुक्त करायचा ध्यास त्यांनी घेतला. राज्य सोडले. घर सोडले. सारी सुखे सोडली. संन्यास घेतला.

अखेर त्यावरचा उपाय मिळाला. ते गौतम 'बुद्ध' झाले. मग साऱ्या जगाला सुखाचा मंत्र सांगण्यासाठी ते भारतभर फिरू लागले. वर्षातले आठ महिने ते फिरत असत. फक्त पावसाळ्याचे चार महिने एके ठिकाणी मुक्काम करायचे.

या वर्षी त्यांचा मुक्काम पाटलीपुत्र मधे होता.

सकाळ संध्याकाळ धर्मोपदेश, सत्संग, धर्मचर्चा वगैरे चालत असत. फक्त दुपारी, एकच वेळ ते आपल्या शिष्यांसह नगरात भिक्षेसाठी फिरत.

आल्यापासून काही दिवस चांगले चालले होते. सायंकाळी नागरिकही येत. बुद्धांचा उपदेश ऐकत. त्यांची शिकवण स्वीकारत. पण...

पण गेले चार सहा दिवस सारे बिघडले होते.

गेल्या आठवड्यांत बुद्धदेव भिक्षेसाठी नगरात गेले होते. एक माणूस अचानक पुढे झाला.

'फुकटखाऊ, बोके संन्यासी. निष्क्रिय' वगैरे म्हणून

गौतमांचा त्याने अपमान केला. गौतम बुद्ध शांतपणे त्याला प्रणाम करून पुढे गेले.

दुसऱ्याही दिवशी त्याने तशाच प्रकारे बडबड केली. बडबड करतच तो काही अंतर चालत त्यांच्याबरोबर गेला. गौतमांनी मात्र पहिल्या दिवसासारखा शांतपणा कायम ठेवला. पण त्या दुष्ट माणसाचे धैर्य वाढले असावे. तो चक्क शिव्या देऊ लागला. त्यांच्या मागून नगरभर फिरू लागला.

आज सहन न करता येण्यासारख्या अर्वाच्य शिव्या त्याने दिल्या.

त्यामुळेच गेले काही दिवस अस्वस्थ असलेल्या त्यांच्या शिष्यांचा भडका उडाला होता. त्या माणसाला चांगला धडा शिकवलाच पाहिजे असे त्यांना वाटत होते.

आनंद जवळ येतांच साऱ्यांनी त्याला गराडा घातला. आपले म्हणणे स्पष्ट केले.

‘‘भिक्षु हो, मलाही वाटलं आज त्या माणसाला चांगलं ठोकावं. पण... मग

गुरुदेवांना काय वाटेल? त्यांना ते पटेल कां?... म.... मला वाटतं... आज आपण असं करु...''

''कसं?'' साऱ्यांनी एकदम विचारले.

''रात्रीच्या प्रवचनात आपण हा प्रश्न गुरुदेवांनाच विचारु...'' आनंद म्हणाला.

''हो... चालेल, चालेल.''

''विचारायलाच हवं...''

''आम्ही सारे तुझ्या पाठीशी आहोत...''

एका मागोमाग आवाज उमटले.

मग सारे थोडे शांत झाले. रात्रीची वाट पाहू लागले.

अखेर रात्र झाली. गौतम बुद्धांचे प्रवचनही झाले.

''कुणाला काही शंका आहे का?'' त्यांनी विचारले.

खरं तर त्यांचे प्रवचन साधे, सोपे असे. छोट्या छोट्या गोष्टी किंवा उदाहरणे देऊन ते आपले सांगणे सोपे करीत असत. शंकेला जागाच नसायची.

आज मात्र त्यांच्या प्रश्नाबरोबर पट्टशिष्य आनंद उठून उभा राहिला. त्याला तसे पाहून बुद्धांना खूप आश्चर्य वाटले.

''आपल्या विचारांविषयी काही शंका नाही गुरुदेव... पण मी... मला... इतर शिष्यांना देखील...''

आनंद बोलताना घुटमळू लागला.

“बोल आनंद. मोकळेपणाने कोणतीही शंका बोल बोल...” बुद्ध शांतपणे म्हणाले.

मग आनंदने त्यांना रोजच्या त्या अप्रिय घटनेची आठवण करून दिली. आपल्या गुरुचा होणारा रोजचा अपमान आपल्या सर्वांना किती मन:स्ताप देतो हे त्याने सांगितले. त्या मस्तवाल माणसाला चांगली अद्दल घडवण्याची परवानगी देखील त्याने गुरुदेवांकडे मागितली.

सारे ऐकूनही बुद्धदेव शांत होते. पण आनंदचे बोलणे ऐकून ते एकदम गंभीर झाले. त्यांच्या चेहऱ्यावरचे हसू मावळले. काहीशी खेदाची छटा तिथे दिसू लागली.

गौतम बुद्धांनी सर्व शिष्यांवरून दृष्टी फिरवली.

त्यांच्या चेहऱ्यावरचे भाव आनंद सारखेच होते. बुद्ध त्यांच्या मनातले विचार उघड्या पुस्तकासारखे वाचू शकत होते.

तुम्ही कोण आहांत? गौतम बुद्धांनी विचारले.

“आपले शिष्य...”

“संन्यासी...”

“बौद्ध...”

“भिक्षु...”

एकाच वेळी अनेकांची उत्तरे आली.

“आनंद, आपण संन्यासी किंवा भिक्खू आहोत. पण आपल्यालाही भूक तहान आहेच. आपण ती कशी काय भागवतो?” त्यांनी प्रश्न केला.

“भिक्षेवर, गुरुदेव. लोकांनी दिलेल्या दानावर आपण आपले पोट भरतो.” आनंद उत्तरला.

यानंतर बुद्धदेव एका मागोमाग एक प्रश्न आनंदला विचारू लागले.

आनंद उत्तरे देऊ लागला.

सारे शिष्य ही प्रश्नोत्तरे शांतपणे ऐकत होते.

“लोकांनी दिलेलं सारंच दान तू स्वीकारतोस का?”

“नाही गुरुदेव, सारंच घेत नाही.”

“का बरं?”

“कारण मी संन्यासी. मी साठा करत नाही. उद्याची चिंता करत नाही. मग लोकांनी सोनंनाणं, दागदागिने दिले तर मला काय उपयोग?”

“नको असलेलं दान, कुणी देऊ लागलं तर तू काय करतोस?”

"नम्रपणे नाकारून झोळी मागे घेतो. पुढे जातो..."

"आणि तू न घेतलेलं दान...? ते कुठं जातं?"

"ते तर देणाऱ्यांकडेच राहतं गुरुदेव."

दोघांची प्रश्नोत्तरे इतर शिष्य लक्षपूर्वक ऐकत होते.

"आनंद, अरे, आपण रोज तो सद्‌गृहस्थ देत असलेलं दान घेतलं नाही तर ते कुणाकडे राहील?" गौतम बुद्धांनी विचारले.

आनंदची मान झुकली.

"त्या शब्दांनी तुम्ही अस्वस्थ झालात. रागावलात, चिडलात. इतकंच नव्हे तर त्याला मारण्याचाही विचार करू लागलात. बरोबर?"

सारे गप्पच राहिले.

"म्हणजे तुम्ही मनानं ते दान स्वीकारलंत.

आपण संन्यासी. शांती आणि अहिंसा हा आपला धर्म. तो शरीराचा नव्हे तर मनाचा धर्म.''

''आनंद, तुम्ही नको ती भिक्षा घेतलीत. मग त्याला धडा शिकवण्याचा विचार केलात. याचा अर्थ आपला शांती आणि अहिंसेचा धर्महीं सोडलात. अयोग्य दान घेण्याचाच हा दुष्परिणाम.''

''आता, हे झालं ते योग्य की अयोग्य याचा तुम्हीच विचार करा. काय करावं याचा निर्णय तुम्हीच घ्या.'' गौतम बुद्ध म्हणाले.

त्यांचे प्रवचन संपले.

सारे शिष्य खाली माना घालून निघाले.

दुसरा दिवस उजाडला.

गौतम बुद्ध भिक्षेला निघाले.

पुन्हा तोच माणूस शिव्या देत पुढे आला.

गौतम बुद्धांनी त्याला नमस्कार केला. ते पुढे निघाले.

त्यांच्या शिष्यांनी देखील नम्रपणे त्याला प्रणाम केला. तेही पुढे निघाले. आज त्या सर्वांच्या तोंडावर ना राग होता ना चीड. होती फक्त शांती आणि स्मितहास्य.

तो माणूस चकित झाला. नेहमीप्रमाणे त्यांच्या मागून शिव्या देत तो आला नाही.

एक-दोन दिवस तसेच गेले.

तिसऱ्या दिवशी एक चमत्कारच झाला.

अचानक तो शिव्या देणारा दुष्ट माणूस धावत बुद्धांपुढे आला. त्यांच्या पायावर मस्तक ठेवून अश्रू ढाळू लागला.

परीक्षा

फार पूर्वीपासून काशी किंवा बनारस हे एक स्वतंत्र राज्य होते. छोटेसे पण समृद्ध होते. तक्षशीला आणि नालंदाप्रमाणे तेही विद्येचे माहेरघर होते.

फार पूर्वी काशीला साऱ्या भारतभरातून वेद-विद्या व संस्कृत शिकण्यासाठी लोक येत. तिथे वेगवेगळ्या गुरुंच्या पाठशाळा होत्या. त्यांच्यामध्ये सर्वांत प्रसिद्ध आणि विद्वान होते पंडित पाणिनी.

पाणिनी संस्कृत बरोबरच अध्यात्म विद्येचे पाठही आपल्या शिष्यांना देत असत. आपल्या शिष्यांनी स्वत:च्या वागण्याने लोकांपुढे

चांगले आदर्श ठेवावे, अशी शिकवण ते नेहमी देत असत.

त्यांचे सुमारे पाचशे शिष्य होते. त्यांच्या त्या आश्रमशाळेचा कारभार राजा व जनतेच्या देणग्यांवर चालत असे.

काशीचा राजा रामवर्मा हा आपल्या प्रजेची अतिशय काळजी घेत असे. त्याचे सारे मंत्री देखील त्याच्यासारखेच होते.

एके दिवशी, अचानक राजाच्या प्रधानाने त्याला कामातून निवृत्त करण्याची विनंती केली. त्याचे वय झाले होते. त्यांतच त्याला काही आजारपण आल्याचे जाणवत होते.

राजा प्रधानाला त्याच्या लहानपणापासून ओळखत होता. त्याच्याबद्दल राजाला पूर्ण विश्वास आणि आदर होता. त्याची कारणे योग्य होती. या वयांत

त्याने विश्रांती घेणे योग्यच होते.

राजाचे सारे मंत्री आपापल्या पदावर योग्य आणि आवश्यक होते. सर्वांना समजून घेऊन, प्रत्येक वेळी योग्य निर्णय निर्भयपणे घेणारा प्रधान हवा. पण... असा प्रधान एकदम कसा मिळणार?

राजाला अचानक एक कल्पना सुचली. आपले गुरू पाणिनी हे अतिशय विद्वान आहेत. याविषयी त्यांचाच सल्ला घ्यावा.

त्याचवेळी गुरू पाणिनी देखील खूप चिंतेत होते. त्यांना एकुलती एक हुशार, सुंदर अशी मुलगी होती. ती विवाहयोग्य झाली होती.

पंडितजींना हे घरचे काम शक्य तितक्या तातडीने नीट लक्षपूर्वक करणे भाग होते. पण...

त्यांच्या किंवा अन्य कोणा गुरुंच्या शिष्यांमधूनच असा तरुण शोधणे भाग होते. त्याचवेळी राजाने त्यांची भेट घेतली. प्रधान निवडीच्या कामात त्यांना

मदत करण्याची विनंती केली.

एक गुणवान, विचारी व ज्ञानी अमात्य, नीट परीक्षा घेऊन निवडायचा होता. अखेर त्यांनी खूप विचार करून काय करावे याविषयी ठरविले.

साऱ्या वाराणशीच्या गुरुकुलांतून 'आपल्या कन्येचे लग्न आपण करणार' असे प्रसिद्ध केले. 'जो तरुण सर्वांत चांगले दागिने काहीही करून घेऊन येईल, त्यालाच आपण आपली मुलगी देऊ' असेही कळवले.

पाणिनींचे हे म्हणणे सर्व गुरुकुलांतून समजले. अर्थात पाणिनींच्या अटीबरोबर आणखी एक खोच होती. हे दागिने चोरून आणलेले असले तरी चालतील, पण ते कुणालाही कळता कामा नये.

पौर्णिमेच्या दिवशी साऱ्या तरुणांनी

आश्रमशाळेत येऊन पाणिनींना भेटायचे होते.

काशीत हाच एक चर्चेचा विषय झाला होता. सदा समाधानी, साधे राहणारे, शीलवान आचार्य... आणि मुलीच्या लग्नासाठी अशी विचित्र अट...

काशिराजदेखील गोंधळले होते. 'आपण त्यांना अमात्य शोधण्याविषयी सांगितले, तर मधेच हा जावयाचा शोध कुठून आला?... पण राजाचा पाणिनींवर विश्वास होता.

पौर्णिमा आली. पहिला प्रहर उलटला. सर्वांत आधी काशीराज आश्रमात आले.

शंभराहून अधिक तरुण त्या मंडपात जमले होते.

वरपरीक्षेला सुरूवात झाली.

एकेक जण येऊन आणलेले दागिने दाखवीत होता. आपण ते कसे मिळवले तेही स्पष्टपणे सांगत होता.

दागिने कुणी आपल्या घरचे आणले होते. कुणी उसने, कुणी खोटे तर काहींनी चक्क चोरून आणले

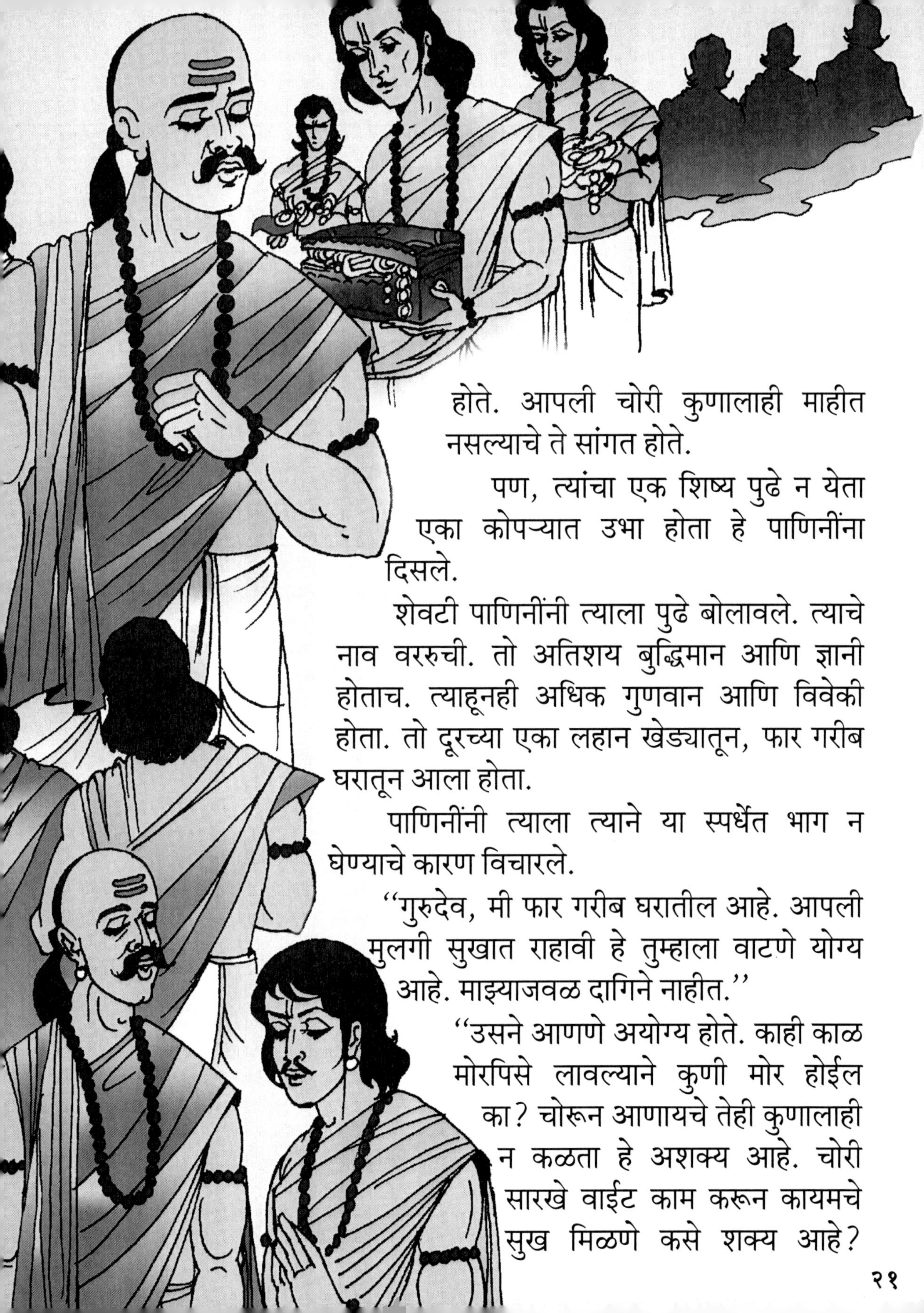

होते. आपली चोरी कुणालाही माहीत नसल्याचे ते सांगत होते.

पण, त्यांचा एक शिष्य पुढे न येता एका कोपऱ्यात उभा होता हे पाणिनींना दिसले.

शेवटी पाणिनींनी त्याला पुढे बोलावले. त्याचे नाव वररुची. तो अतिशय बुद्धिमान आणि ज्ञानी होताच. त्याहूनही अधिक गुणवान आणि विवेकी होता. तो दूरच्या एका लहान खेड्यातून, फार गरीब घरातून आला होता.

पाणिनींनी त्याला त्याने या स्पर्धेत भाग न घेण्याचे कारण विचारले.

"गुरुदेव, मी फार गरीब घरातील आहे. आपली मुलगी सुखात राहावी हे तुम्हाला वाटणे योग्य आहे. माझ्याजवळ दागिने नाहीत."

"उसने आणणे अयोग्य होते. काही काळ मोरपिसे लावल्याने कुणी मोर होईल का? चोरून आणायचे तेही कुणालाही न कळता हे अशक्य आहे. चोरी सारखे वाईट काम करून कायमचे सुख मिळणे कसे शक्य आहे?

इतरांपासून चोरून म्हटले, तरी मनातल्या ईश्वराला ते कळणारच. मग...?''

''माझी विवेकबुद्धी मला हे काम करु देत नाही. त्यामुळे मी या विवाहस्पर्धेपासून अलिप्त राहण्याचे ठरविले. आपली कन्या ज्याला मिळेल तो नशिबवान! तिच्या भावी आयुष्यासाठी माझ्या मनापासून शुभेच्छा.'' असे बोलून तो परतू लागला.

पाणिनींनी त्याला लगेच थांबविले.

''वररुची, तुझ्या अनेक गुणांबरोबरच तू शीलवान व विचारी आहेस. खोट्या व अवास्तव अपेक्षा बाळगणारा नाहीस. हे पाहून मला आनंद होतो आहे. आज माझे गुरुपद सार्थक झाले.'' इतके बोलून गुरुदेव क्षणभर थांबले.

त्याच क्षणी राजा पुढे झाला. त्याने गुरुदेवांना काहीतरी हळूच सांगितले. राजाच्या बोलण्यावर पाणिनींनी मान डोलावली. मग ते पुन्हा बोलू लागले.

“वररुची, माझी कन्या मधुरा आणि माझे गुरुपीठ तुला देऊन मी वानप्रस्थाला जायचे ठरवत होतो. पण काशीराजांनी आपल्या अमात्य पदासाठी तुझी मागणी केली आहे. त्यांचे मागणे योग्य आहे. पण...

“वत्सा, गुरुची कन्या व आश्रमाचे आचार्यपद स्वीकारून गरीबीतच राहायचे की अमात्यपदाचा स्वीकार करायचा हे तू ठरव.”

“मी आपल्या कन्येचा तसेच गुरुकुलाचा स्वीकार करेन. मात्र त्याला आचार्य कन्येने मनापासून संमती द्यावी,” असे त्याने सांगितले.

जमलेल्या तरुणांतून “अरेरे, कमनशिबी, दरिद्री, भिकारडा” असे उद्गार बाहेर पडले.

राजाने वररुचीला त्याच्या निवडीचे कारण विचारले.

‘‘महाराज, क्षमा असावी,’’ वररुची बोलू लागला. ‘‘कोणतंही पद, सत्ता, संपत्ती हे दिसायला सुंदर पण केव्हाही नष्ट होणारे. ज्ञानाच्या राज्यातले आचार्यपद हे अढळ, पिढ्यान् पिढ्या यश देणारे. सद्‌गुणी व समाधानी पत्नी असेल तर मिळणारे समाधान व आनंद स्वर्गाच्या राज्यापेक्षा मौल्यवान आहे.’’ वररुची उत्तरला.

काशीराज व गुरू पाणिनींनी एकमेकांकडे पाहून समाधानाने माना डोलावल्या.

थोड्याच दिवसांत वररुचीचा मधुराशी विवाह झाला. जुन्या अमात्यांच्या हाताखाली भावी अमात्यपदाचे शिक्षणही तो मनापासून घेऊ लागला.

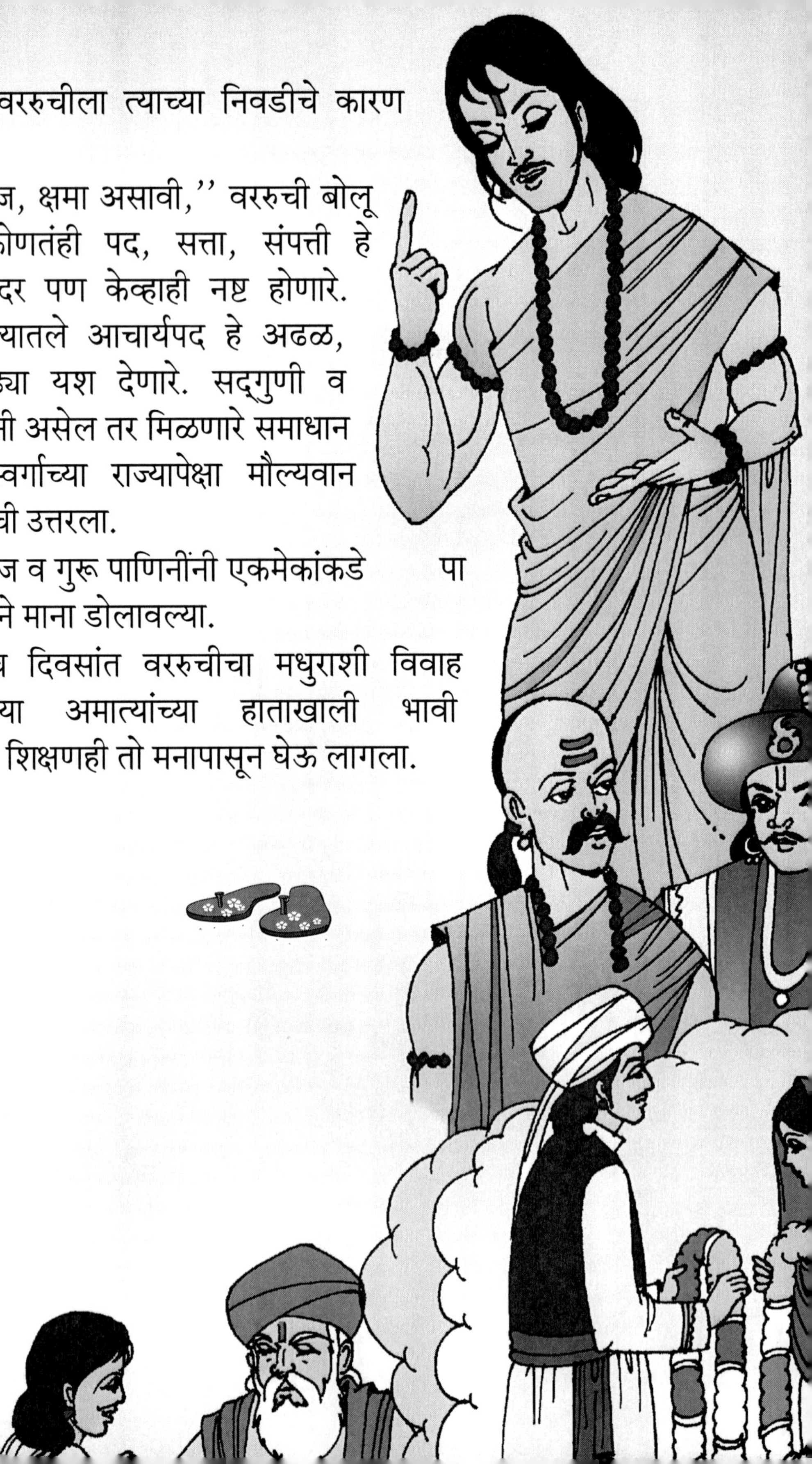

सत्त्वपरीक्षा

ही गोष्ट आहे वेदांच्या काळातली. तेव्हा मुले आठ वर्षांची झाली की त्यांचे ‘उपनयन’ म्हणजे मुंज करून त्यांना गुरूच्या घरी पाठवीत. विद्यार्थी गुरूच्या सहवासात आश्रमातच राहून विद्या घेई. विद्या पूर्ण झाली, की शिष्य गुरूला काहीतरी गुरुदक्षिणा देत असत.

धौम्य ऋषी मोठे विद्वान, तसेच प्रेमळ म्हणून प्रसिद्ध होते. येणाऱ्या प्रत्येक शिष्याची ते कसून परीक्षा घेत. शिकण्याची तळमळ आणि कष्टाची तयारी असेल, तर ते त्याला आपल्याजवळची सारी विद्या देत.

एकदा एक विद्यार्थी त्यांच्याकडे आला. त्याचं नाव उपमन्यु. त्याने धौम्य ऋषींकडे ज्ञानदानाची विनंती केली.

ऋषींनी त्याला सांगितले, ''काही दिवस तू गाई राखणीला नेत जा. ते काम चांगलं कर. गाई धष्टपुष्ट होऊ देत. मग पावसाळा येईल. तेव्हा आश्रमाच्या जवळ खूप चारा मिळेल. मग तू मोकळा होशील. त्यावेळी मी तुला शिकवीन.''

गुरूंची ही आज्ञा उपमन्युने मान्य केली.

तो रोज सकाळी गाई चरायला न्यायचा. सायंकाळी परत यायचा.

असे काही दिवस गेले. धौम्य ऋषींनी आश्रमात सांगून ठेवले, ''गाई चारायला नेताना याला खायला काही देऊ नका.''

बिचारा उपमन्यु तसाच रानात गेला. दुपार झाली. त्याला खूप भूक लागली. पण गुरूंची आज्ञा. उपाशीच राहिला बिचारा.

जसजसा दिवस कलू लागला, तो भुकेने व्याकूळ झाला. कित्येक गाईंचे ते मोठे खिल्लार सांभाळताना उपमन्युची खूप धावपळ होत असे.

त्या दिवशी त्याला परत यायला खूप रात्र झाली. तो आश्रमात पोचला, तो काय? आश्रमातले सारे जेवून झोपी गेले होते. उपमन्यु उपाशीच झोपला.

दुसऱ्या दिवशीही जेवण न घेताच

त्याला गाईंमागे जावे लागले. गुरूंनी त्याला सांगितले, ''पंधरा दिवस गाईंबरोबर डोंगराजवळच रहा. पुढं काय करायचं, ते मग सांगेन.''

उपमन्यु गाई घेऊन कुरणात आला. गाई, वासरे मनसोक्त चरत होती. वातावरण कसे छान होते. पण बिचारा उपमन्यु... त्याच्या पोटात कालपासून काहीच नव्हते. तो फक्त पाणी पिऊन राहिला होता.

दिवस हळूहळू उलटत होता. उपमन्युच्या डोळ्यांवर भुकेने झापड येत होती. एक वासरू दूध पित होते. त्याचे तिकडे लक्ष गेले. त्याच्या डोक्यात एक कल्पना आली. त्याने ठरवले, की वासरांचे दूध पिऊन झाले की मग आपण दूध प्यायचे.

असे पंधरा दिवस गेले. एके दिवशी धौम्यगुरू काही शिष्यांसह कुरणात आले. उपमन्यु चांगला तगडा व आनंदी दिसत होता. भुकेचे कसलेच लक्षण त्याच्या चेहऱ्यावर दिसत नव्हते.

धौम्य ऋषींनी त्याला त्याबद्दल विचारले. उपमन्युने काय ते सांगितले.

ऋषींनी त्याला परत तसे न करण्यास बजावले. आणखी पंधरवडाभर राहण्याची आज्ञा देऊन ऋषी निघून गेले.

एक दिवस तसाच गेला. उपमन्यु भुकेने व्याकूळ झाला. तेव्हा त्याने पाहिले, वासरे पित असताना, त्यांच्या तोंडातून थोडे दूध बाहेर सांडत आहे. हे वाया जाणारे दूध पिऊन तो राहू लागला. यामुळे गुरूंच्या आज्ञेला बाध येणार नव्हता.

पंधरवड्याने धौम्यमुनी आले. उपमन्यु चांगला तेजस्वी दिसत होता.

खरा प्रकार कळल्यावर ऋषी म्हणाले, "हेही योग्य नाही."

उपमन्युला ते पटले. त्याने गाईंच्या दुधाला स्पर्शही न करण्याचे गुरूला वचन दिले.

मग आणखी पंधरा दिवसांनी यायची आज्ञा देऊन धौम्य ऋषी आश्रमाकडे परत गेले.

इकडे बिचारा उपमन्यु संकटात सापडला. 'काय खावं', याच एका विवंचनेत तो राहू लागला. 'कोणत्याही प्राण्याच्या अन्नाचा अपहार करणार नाही', हे वचन त्याने गुरूला दिले होते. डोंगराच्या त्या भागात, त्या ऋतूत होतेच काय खायला? बिचारा कसल्याही झाडाचा पाला ओरबाडायचा. चावून, पोटात ढकलून भूक भागवायचा प्रयत्न करायचा.

एके दिवशी त्याने कसला तरी पाला ओरबाडून खाल्ला. पाला झाडावरून ओरबाडताना त्याचा चीक डोळ्यांत गेला. काही वेळातच उपमन्यु आंधळा झाला. त्याच्यातील 'पाहण्याची' शक्तीच नाहीशी झाली. चाचपडत, ठेचकाळत फिरताना खोल खड्ड्यात जाऊन पडला.

धौम्य ऋषींना नेमकी त्याच दिवशी उपमन्युची आठवण झाली.

सायंकाळी ते कुरणाकडे आले. उपमन्यु कुठेच दिसत

नव्हता. त्यांनी त्याला हाका मारण्यास सुरुवात केली.

धौम्यऋषी हाका मारू लागले, ''उपमन्यु, बाळ उपमन्यु...''

दुरून कुठून तरी क्षीण स्वर आला, ''गुरुदेव, मी इथं आहे. या खोल खड्ड्यात.''

आवाजाच्या दिशेने ऋषी आपल्या शिष्यांसह गेले.

उपमन्युने काय झाले ते सांगितले.

ऋषींनी त्याला देवांचे वैद्य असणाऱ्या अश्विनीकुमारांची प्रार्थना करण्यास सांगितले. प्रार्थना करताच अश्विनीकुमार प्रकट झाले. योग्य ते उपचार करून त्यांनी पूर्वीपेक्षा तेजस्वी दृष्टी त्याला दिली. त्यानंतर धौम्यगुरूंनी त्याला पुरेपूर ज्ञान देऊन आत्मज्ञानी केले.

सावकाराला धडा

राजा तिसऱ्या सातवाहनाच्या दरबारात सात रत्नं होती. त्यातीलच एक मौल्यवान, चतुर व न्यायकुशल असा बुद्धीराम. त्याच्याकडे नेहमी न्याय करायला अवघड, असे खटले येत असत. तो ते आपल्या बुद्धीचातुर्यानं सहज सोडवीत असे.

असाच एक मोठा चमत्कारिक झगडा त्याच्या न्यायासनापुढे आला.

पैठण शहरी एक मोठा सावकार होता. हरीराम. खूप श्रीमंत. तितकाच दयाळू, दानी आणि उदार. दुसऱ्यांना मदत करण्यास नेहमीच तो तयार असे.

इतकं सारं असलं, तरी एक गोष्ट मात्र मोठी चमत्कारिक होती. तो फार हट्टी होता. एकदा त्यानं एखादी गोष्ट म्हटली, की मग तीच खरी. ती झालीच पाहिजे, असा त्याचा हट्ट असायचा. त्याच्या असल्या हटवादीपणामुळे सारे त्याच्यापासून जरा दूरच असायचे.

एकदा त्याच्या शेजाऱ्याच्या मुलाचं लग्न ठरलं. एकुलता एक मुलगा. लाडाकोडाचा, तितकाच गुणी. शेजाऱ्याला वाटलं, हौसमौज करावी.

लग्नात हत्तीवरून वरात काढावी, असा बेत त्यानं केला. हत्ती होता हरीराम सावकाराचा. मग शेजाऱ्यानं हत्ती मागितला. हरीराम सावकारानं शेजारधर्म जाणून मोठ्या उदारपणे हत्ती दिला. थाटात वरात निघाली.

वरात संपली अन् अघटित घडलं. हरीराम सावकाराचा हत्ती मटकन् खाली बसला, तो उठलाच नाही. नक्की काय झालं, कुणाला काही समजलं नाही.

शेजारी जेव्हा हत्ती मेल्याची वार्ता घेऊन गेला, तेव्हा हरीराम सावकाराला दु:खाबरोबरच रागाचाही झटका आला.

शेजाऱ्यानं सांगितलं, ''हत्ती मी नेला होता. मी हवी ती नुकसान-भरपाई देतो.''

हरीराम रागात म्हणाला, ''नुकसान-भरपाई नको. माझा हत्ती पायगुणी होता. मला तोच हत्ती हवा. बाकी काही नको.''

झाऽऽलं, भांडण गेलं न्यायालयात.

न्यायालयातले सारे न्यायाधीश चकित झाले. कोणीच या भांडणाचा निकाल देऊ शकलं नाही. मेलेला हत्ती देणार कुठून?

अखेर ते प्रकरण बुद्धिरामाकडे आलं. बुद्धिरामानं दोन्ही पक्षांचं म्हणणं नीटपणे ऐकून घेतलं. दुसऱ्या दिवशी निकाल देण्याचं जाहीर केलं.

प्रतिवादी शेजाऱ्याला जरा मागे थांबवून घेतलं आणि त्याच्याशी काही वेळ कानगोष्टी केल्या.

हरीराम सावकार आपलं तेच खरं करणारा आहे. तरीही तो चांगला माणूस आहे. वृत्तीनं दुष्ट नाही. कपटी नाही, उदार आहे हे सारं बुद्धिराम जाणून होता.

त्याच्या या हटवादीपणावर आपण रामबाण इलाज मात्र करायला हवा, हे बुद्धिरामानं ओळखलं होतं.

दुसऱ्या दिवशी सावकारानं पाहिलं, की आपला शेजारी न्यायालयात हजर नाही. त्यानं वाट पाहिली. पण शेजारी नाही तो नाहीच आला. सावकार खूप भडकला.

अखेर बुद्धिराम त्याला म्हणाला, "सावकार, तुम्ही स्वत: जाऊन शेजाऱ्याला बोलावून आणणार, की मी

कोर्टाचा शिपाई पाठवू?''

सावकारानं स्वत: शिपाई घेऊन जाण्याची तयारी दर्शवली.

हरीराम सावकार रागानं फणफणत जो निघाला, तो थेट शेजाऱ्याच्या घरासमोरच थांबला. ''अरे दुष्टाऽ, हत्ती मारलास आणि वर लपतोस? बाहेर ये आधी.'' असं म्हणून हाका मारत सुटला.

शेजारी काही बाहेर येईना. अखेर सावकाराच्या रागाचा पारा मर्यादेबाहेर चढला.

तो सरळ पुढे झाला व त्यानं शेजाऱ्याच्या दारावर जोऽरानं धक्का मारला. धक्का मारताच आतली खिट्टी खटकन् निसटली. दोन्ही दारं खाडकन् उघडली गेली. पण त्याचबरोबर कसला तरी कोसळण्याचा आवाजही झाला.

सावकार त्या आवाजाबरोबर उंबऱ्यातच थांबला. पण त्याच वेळी त्याच्या शेजाऱ्याची किंकाळी त्याच्या कानी आली.

क्षणार्धात शेजारी धावत धावत तिथं आला. मोठमोठ्यानं रडू लागला. मधेमधे सावकाराच्या नावानं आरडाओरडा करू लागला. सावकारानं त्याच्या

घराण्यातील पिढ्यान् पिढ्या चालत आलेली मातीची सुबक भांडी फोडली होती. शेजाऱ्यानं आरडाओरडा करून सारी गल्ली गोळा केली आणि तिथं नवंच भांडण रंगलं.

झाऽलं. अखेर दोन्ही पक्ष नव्या भांडणासह बुद्धिरामाच्याच न्यायालयात गेले. सावकारानं भांड्यांचा मोबदल्यात नवी भांडी देण्याची तयारी दाखवली. पण शेजारी त्याला तयार नव्हता. भांडी त्याच्या सात पिढ्यांत चालत आलेली, म्हणूनच महत्त्वाची होती. त्यांत त्याच्या भावना गुंतल्या होत्या.

सावकारानं त्याला सर्व प्रकारे समजावण्याचा प्रयत्न केला. पण व्यर्थ. सावकारानं बुद्धिरामाला विनंती करून सांगितलं, "फुटलेलीच भांडी मी कशी परत देणार?"

बुद्धिराम मोठ्या गंभीरपणे हे सारं ऐकत होता.

"सावकार, तुम्ही म्हणता की, फुटलेली भांडी मी कुठून देणार? पण जर त्यानं

तुमच्या मेलेल्या हत्तीला परत आणायचं असेल, तर फुटकी भांडीही पुन्हा परत आणून देण्याचं काम तुम्हांला करायलाच हवं. अन्यथा दोघांनाही एकमेकांच्या नुकसानीसाठी तुरुंगात खडी फोडायला जावं लागेल. तुम्हीच आपापसांत काही उपाय काढला, तर हे न्यायासन दोघांची सुटका करील. अन्यथा दोघांनाही सरकारी पाहुणचार देईल.''

बुद्धिरामाचं बोलणं ऐकून सावकार चमकला. त्याच्या डोक्यात प्रकाश पडला. तो हट्टी, हेकट आणि तर्कटी होता, पण तसा चांगला माणूस होता.

त्यानंतर काही क्षणांत दोन्हीही शेजाऱ्यांचा समेट झाला. सावकारानं आणि शेजाऱ्यानं हट्टीपणा सोडला आणि बुद्धिरामाच्या परवानगीनं दोघंही जोडीनं घरी गेले.

राजानं हा खटला ऐकला, तेव्हा तो खूप हसला व त्यानं ही हकीकत लिहून ठेवण्यास दरबारी लेखनिकाला सांगितलं.

प्रधानाची निवड

खूप खूप वर्षांपूर्वीची गोष्ट. भारताच्या निरनिराळ्या भागांत तेव्हा वेगवेगळे राजे राज्य करीत होते. मध्य भारतात भरतपूर नावाचं एक राज्य होतं. त्याचे राजे विक्रमसिंह हे खूप वृद्ध झाले होते.

त्यांचा मुलगा राजकुमार वीरसेन अगदी लहान होता. त्यामुळे राजे विक्रमसिंह काळजीत होते. आपलं काही बरं-वाईट झालं, तर लहानग्या वीरसेनला कोण सांभाळणार, आपलं राज्य, त्यातील प्रजा याचा सांभाळ कोण करणार, याविषयीच्या चिंतेनं महाराज विक्रमसिंह अगदी व्याकूळ झाले होते. ही काळजी ते कोणाकडे देखील उघड करू शकत नव्हते. कारण कोणावर विश्वास ठेवावा, हेच अद्याप त्यांना समजत नव्हतं.

दिवस जात होते. जाणारा प्रत्येक दिवस त्यांची चिंता वाढवीत होता.

अचानक एके दिवशी त्यांचे गुरु तीर्थयात्रा करीत तिथं आले. गुरु खूप वृद्ध होते, ज्ञानी होते, तसेच ते निःस्पृह आणि निर्लोभीही होते. राजानं त्यांच्याच आश्रमात राहून

विद्याग्रहण केलं होतं. त्यामुळे आपली व्यथा तो मोकळेपणानं त्यांना सांगू शकत होता.

गुरुंच्या आगमनानं राजाला आनंद झाला. साऱ्या राज्यात त्यानं तो दिवस उत्सवासारखा साजरा केला. नगर शृंगारलं. गुढ्या, तोरणं लावली. आनंदोत्सव साजरा केला.

गुरुजी ज्ञानी होते, जगात फिरणारे होते. राजाच्या मनातली काळजी त्यांच्यापासून लपून राहिली नाही. अखेर त्यांनी राजाला एकांतात बोलावलं. त्याच्या काळजीचं कारण विचारलं. राजा विक्रमसिंहानं आपल्या मनातली काळजी त्यांना बोलून दाखवली. राजाचं वय वाढत होतं. कुमार अद्याप शिकतच होता. लहान होता.

"माझं काही झालं, तर त्याचं आणि राज्याचं कसं होणार, त्याला सांभाळण्याविषयी काय सोय करावी?" असा प्रश्न त्यानं गुरुंना विचारला.

गुरुंनी क्षणभर डोळे मिटून विचार केला. राजाला असा विश्वासू मनुष्य हवा होता, जो शूर असून बुद्धिमानही असेल. जर अधिकार

मिळाले, तर तो त्यांचा दुरुपयोग न करता राज्याचं, प्रजेचं आणि कुमाराचं कल्याण करील.

त्यांनी थोडा वेळ विचार करून राजाला कानमंत्र दिला. राजा संतुष्ट झाला.

काही दिवस राहून गुरु आपल्या तीर्थयात्रेला निघून गेले.

गुरु जाताच राजानं दवंडी पिटली,'त्याला एक मुख्य प्रधान नेमायचा असून, त्यासाठी जे इच्छुक असतील, त्यांनी पौर्णिमेच्या दिवशी राजवाड्याकडे यावं.'

पौर्णिमेच्या दिवशी राजवाड्याच्या पुढचं पटांगण माणसांनी फुलून गेलं. तरुण, म्हातारे, गरीब-श्रीमंत, सर्व तऱ्हेची माणसं तिथं जमली होती. पहाटेपासून लोक घाईघाईनं येत होते. सारे आपले ठेवणीतले कपडे घालून आले होते. प्रत्येक जण आपल्याकडे लक्ष वेधलं जावं, अशी आपापल्या परीनं धडपड करीत होता. आपणच इतरांपेक्षा श्रेष्ठ आहोत, रुबाबदार आहोत, शहाणे आहोत, वगैरे मानून मोठ्या मिजाशीत तिथला प्रत्येकजण फिरत होता.

राजा एका बाजूच्या मनोऱ्यात बसून त्या साऱ्यांचं बारकाईनं निरीक्षण करीत होता. त्या लोकांच्या चेहऱ्यांवरील

अभिमान, गर्विष्ठपणा आणि हावरेपणा इतक्या दुरूनही तो वाचू शकत होता. त्याच्या कपाळावरील आठ्या आणि चेहऱ्यावरील नाराजी अगदी उघड दिसत होती.

आणखी काही वेळ तसाच गेला.

दुपारी सर्वांना अल्पोपाहार देण्यात आला. त्या वेळीदेखील तिथं जमलेल्या लोकांचं वर्तन तो बारकाईनं पाहत होता. आता त्याच्या मुखावर नाराजीबरोबर दुःख आणि चिंतेचे भावही दिसू लागले.

अखेर तिसरा प्रहर झाला. जमलेले लोक काहीसे कंटाळल्यासारखे दिसू लागले.

त्याच वेळी राजानं आपल्या सेवकाला खूण केली. सेवक निघून गेला. काही क्षणांतच राजवाड्यासमोरच्या मैदानात आरडाओरडा सुरू झाला.

'राजाचा हत्ती सुटला आहे, तो पिसाळला असून, कुणालाही तुडवत सुटला आहे.' समोरच्या पटांगणात लोक हातवारे करून बोलत होते. त्यांच्यापैकी काही परतत होते. तेवढ्यात एका कोपऱ्यातून मोठ्यानं आरोळी आली. 'हत्ती आला... हत्ती

आला...' आणि राजवाड्यापुढच्या पटांगणात धामधूम सुरू झाली.

अनेक जण विरुद्ध दिशेनं पळत सुटले. धक्काबुक्की, आरडाओरडा वगैरे सुरू झालं.

कोपऱ्यातून राजाचा हत्ती येत होता. तो माहुताला आवरत नाही, असं दिसत होतं. हत्ती पाहताच अनेक मंडळी अगदी गर्भगळीत होऊन गेली. हत्तीनं इतक्या साऱ्या माणसांकडे पाहिलं. एकवार सोंड वर उचलली आणि अत्यंत कर्णकर्कश्श आरोळी ठोकून तो पुढे धावला.

हत्ती पुढे येतो आहे, हे पाहताच लोकांचा धीरच सुटला. जे थोडे लोक मोठ्या धैर्याचा आव आणून थांबले होते, ते पाठ फिरवून धावू लागले. त्यांत जे तरुण होते, बलिष्ठ होते, त्यांनी तर इतरांना ढकलून देऊन, आपण पुढे पळण्याचा प्रयत्न सुरू केला. त्यामुळं अनेक वृद्ध आणि दुर्बल लोक धडपडत खाली पडले. हत्ती पुढे येत होता.

तिथंच एक लहान मुलगा गंमत पाहायला पुढे आलेला होता. समोरच्या धावपळीचा अर्थ त्याला समजला नसावा, त्यामुळे तो त्याच जागी उभा होता. हत्ती एकेक पाऊल पुढे टाकत

धावत होता. मुलगा खिळल्यासारखा डोळे विस्फारून पाहत होता. हत्ती अगदी जवळ आला, त्यानं सोंड पुढे केली. सोंडेचा विळखा घालून तो आता त्या मुलाला पकडणार, तोच एक तरुण तीरासारखा पुढे धावला. त्यानं जवळजवळ सोंडेत धरलेल्या त्या मुलाला चटकन् उचलून बाजूला उडी घेतली आणि साऱ्या पाहणाऱ्यांच्या तोंडून शाब्बासकीचा स्वर उमटला.

आणि हे काय! त्या तरुणानं त्या मुलाला बाजूला ठेवलं. डोळ्याचं पातं लवण्यापूर्वीच हत्तीच्या सोंडेवर उडी घेतली आणि त्याच वेगात त्यानं हत्तीच्या डोक्याकडे धाव घेतली. तो सरळ माहुताच्या जागेवर गेला. तिथं माहूत कसाबसा बसल्यासारखा दिसत होता. त्याच्या हाती त्याचा अंकुश नव्हता. त्या तरुणानं आपल्या हातातील सोट्यानं जोरात दोन टोले त्या हत्तीच्या गंडस्थळावर लगावले. ते

जोराचे रट्टे लागताच हत्ती एकदम जागच्या जागीच थांबला. मग अवघ्याच क्षणांत माहुतानं हत्तीला काबूत आणलं आणि तो तरुण खाली उतरला.

दुसऱ्या दिवशी सकाळी राजानं दवंडी पिटून पुन्हा साऱ्या लोकांना तिसऱ्या प्रहरी त्या पटांगणात बोलावलं. भीत भीत सारे तिथं जमले. त्यांनी पाहिलं, तिथं दरबाराची सारी तयारी करण्यात आली होती. साऱ्या लोकांना मानाप्रमाणे बसण्याची जागा ठेवली होती. राजानं आल्याबरोबर भाषण केलं. प्रथम कालच्या प्रकाराविषयी खेद व्यक्त केला.

नंतर राजानं जाहीर केलं, ‘‘आज सारं ठीक आहे. मला तीन कोडी पडली आहेत. ती सोडवणाऱ्याला प्रधान करावा असा माझा विचार आहे.’’

राजानं असं म्हणताच सारे शास्त्रीपंडित गर्वानं पुढे येऊ लागले. ज्यांना आपल्या विद्वत्तेची घमेंड होती, ते सारे फुलले.

राजानं सांगितलं, ''मी एक कवन ऐकलं आहे. त्याचा अर्थ कुणीही सांगावा.''

कवन असं आहे, 'मरोत सगळे असले ब्राह्मण.'

असले विचित्र कवन ऐकताच साऱ्या पंडितांच्या माना खाली गेल्या. राजानं साऱ्या लोकांवरून नजर फिरवली आणि परत एकवार ते काव्य सांगितलं. क्षण जात होते. पण कुणीच पुढे येत नव्हतं.

अखेर राजानं विचारलं, ''आपल्या राज्यातील सारी बुद्धी संपली का?''

तेव्हा एक तरुण पुढे झाला. राजानं लगेच ओळखलं, की हाच 'तो.'

डोकीला मुंडासं, अंगात बंडी व धोतर नेसलेला तो तरुण पाणीदार दिसत होता. पण तो गरीब असावा, हे त्याच्या वेषभूषेवरून समजत होतं. त्यानं सांगितलं, ''माझं नाव गोपाळ. मी गुरं पाळून आपलं पोट भरतो. मी या प्रश्नाचं उत्तर देऊ शकेन.''

राजाची आज्ञा होताच त्यानं राजाला व सर्व सभेला एकवार नम्रपणे प्रणाम केला व तो बोलू लागला.

गोपाळनं सांगितलं, ''राजानं म्हटलेली ती कविता अपूर्ण आहे.''
आणि मग त्यानं पूर्ण कवन म्हटलं.
'मद्य पिऊनिया द्यूत खेळती; तपापासुनी दूर राहती
ना विद्यार्जन, दुष्ट आचरण, मरोत सगळे असले ब्राह्मण.'
'ब्रह्मज्ञान जाणतात ते ब्राह्मण, त्यामुळे अयोग्य वर्तन करणारी व्यक्ती केवळ जन्मानं ब्राह्मण आहे, म्हणून आदरणीय नाही,' असं स्पष्टीकरणही त्यानं दिलं.
साऱ्या सभेनं मान डोलावली. राजानं दुसरं कवन सांगितलं,
'माता या चिन्तेने श्रान्त...'
गोपाळनं तेही कवन पूर्ण केलं.
तो म्हणाला,
''बाळ रावणा भूक लागता, रडुन करी आकान्त,
कोणत्या मुखा मी पाजू? माता या चिन्तेने श्रान्त.''

राजाच्या कपाळावरील आठ्या कमी झाल्या. त्याच्या चर्येवर जरासा समाधानाचा भास दिसू लागला. मग त्यानं तिसरं कोडं घातलं.

'कधि न देखिले, कधि न ऐकिले...'

अनेकांच्या मनांत अनेक उत्तरं आली. पण गोपाळनं म्हटलं, "ही कविताही अर्धवट आहे. तीही पूर्ण ऐकली, की अर्थ स्पष्ट होईल."

त्यानं पूर्ण कविता म्हटली.

'दहा दिशांना जनलोकी या फिरफिरुनी पाहिले,

विनाकाळजी सुखी मानवा कधि न देखिले, कधि न ऐकिले.'

त्याचं काव्य ऐकलं आणि राजानं टाळी वाजवली अन् साऱ्या दरबारात आकाश कोसळेल, एवढा मोठा टाळ्यांचा आवाज दुमदुमला.

राजानं सर्वांना शांत करून बोलण्यास सुरुवात केली, "माझ्या प्रिय प्रजाजनहो,

काल व आज दोन दिवस मी मुख्य प्रधानाच्या पदासाठी परीक्षा घेत होतो. एका अनोळखी मुलासाठी गोपाळनं जीव धोक्यात घातला. त्याची नि:स्वार्थी, परोपकारी वृत्ती दिसली. इतकंच नव्हे तर त्यानं हत्ती काबूत आणण्याचाही प्रयत्न केला. त्याचं शौर्यही दिसून आलं. आजच्या कोड्यांतून त्याची चतुर बुद्धीही दिसली. गोपाळ आमच्या परीक्षेला उतरला असून, त्याला आम्ही आमच्या राज्याचा भावी प्रधान म्हणून निवडत आहोत.''

साऱ्या मानकऱ्यांनी आणि प्रजेनं प्रथम राजाचा व मग आपल्या भावी मुख्यप्रधानांचा - गोपाळरावांचा जयजयकार करून आपली संमती व आनंद व्यक्त केला.

सुखाचा मंत्र

खूऽऽप जुनी गोष्ट आहे.

राजा प्रजापती राज्य करीत होता. पृथ्वीवरील साऱ्या भूमीवर तर त्याचं राज्य होतंच. वर अंतराळांत तसंच खाली पाताळ लोकांतदेखील त्याचंच राज्य होतं.

तिन्ही लोकांवर राज्य करणारा हा राजा खूप लोकप्रिय होता. अतल असो की भूतल वा पाताल, सर्वांच्या भल्याकडे तो सतत लक्ष द्यायचा. आपल्या राज्यांत कोणी उपाशी न राहो, कुणावर अन्याय न होवो यासाठी सतत धडपड करीत राहायचा.

राजा प्रजापती जितका मायाळू, कनवाळू होता, तितकाच न्यायी आणि कडक शिस्तीचा होता. सारे त्याच्या आज्ञेत होते.

एके दिवशी सकाळी तो उठला आणि त्यानं आरशात पाहिलं. तो एकदम दचकला.

त्याच्या डोक्यावरील काही केस पांढरे दिसू लागले होते.

त्याला वाटलं, की आपण आता म्हातारे झालो. पुरे आता हा सारा व्याप. नको आता हे राज्य. बस्स... आता हे सारं सोडून द्यायचं... अं... पण राज्याचं काय...

प्रजापतीचं राज्य खूप मोठं होतं. ते स्वर्ग, पृथ्वी आणि पाताळात पसरलं होतं. एवढं मोठं राज्य सांभाळणारा आणि प्रजेचं कल्याण करू शकेल असा कुणीच सामर्थ्यवान त्याला दिसत नव्हता.

त्यानं खूप विचार केला. अखेर त्यानं ठरवलं की हे ज्यांचं राज्य त्यांनाच द्यावं. त्यांनाच ठरवू दे कुणी आणि कसं राज्य करायचंय ते.

राज्याचा विस्तार जसा मोठा होता, तसेच त्यांत विविध लोकसमुदाय होते. त्यांत प्रमुख होते देव, दानव आणि मानव.

देव आणि दानव शक्तिमान होते, तर मानव बुद्धिमान पण भित्रे. देवांना व दानवांना सुखाची चटक होती. पण दोघेही तसे आळशीच. चलाख देव नेहमी आडदांड आणि आडमुठ्या दानवांवर मात करीत. त्यामुळे देव-दानवांमधे नेहमी

भांडणं व मारामाऱ्या होत.

प्रजापतीला राज्य या तिघांत वाटायचं होतं. पण ते अशा पद्धतीने की, देव-दानवाच्या झगड्यांचा त्रास गरीब बिचाऱ्या मानवाला होऊ नये.

राज्याच्या वाटणीचा प्रश्न तसा अवघडच होता. प्रत्येकाला त्याच्या योग्यतेप्रमाणे वाटा तर मिळावा पण तरीही त्यांचं समाधान व्हावं. नंतर भांडणं, कटकटी वगैरे उरू नयेत.

अखेर प्रजापतीला एक युक्ती सुचली.

राजानं एके दिवशी मानव, दानव आणि देवांच्या महत्त्वाच्या नेत्यांना बोलावून घेतलं. त्यांना आपल्या मनातला राज्य सोडण्याचा बेत सांगितला.

राजाच्या आकस्मिक निर्णयानं सारे आलेले पुढारी चकित झाले. त्यासाठी आपापल्या फायद्या-तोट्याचा विचार करण्याची पुरेशी संधी व त्याची तयारी करण्यासाठी लागणारा वेळ कुणालाच मिळाला नव्हता.

साऱ्यांनीच राजाला आपला निर्णय बदलण्याचा आग्रह केला. पण राजानं निर्णय बदलला नाही.

प्रजापतीनं सांगितलं की आज तो आलेल्या सर्व पुढाऱ्यांना मेजवानी देणार आहे. त्या मेजवानीनंतर राज्याची वाटणी करेल.

सगळ्यांना राजाचं म्हणणं मान्य करावं लागलं. प्रत्येकानं आपल्याच समूहाला चांगला आणि मोठा वाटा कसा मिळायला हवा हे सांगणाऱ्या सूचना आडून आडून केल्या. प्रजापती साऱ्यांचं बोलणं शांतपणे ऐकून घेत होता आणि हसून मान डोलवीत होता. सारे गोंधळून गेले होते. पण प्रजापतीच्या मनातलं कुणालाच समजत नव्हतं.

अखेर राजाच्या सेवकानं येऊन जेवण तयार असल्याचं सांगितलं. लोक भोजनासाठी उठले.

जेवणाला जाताना दारात राजाचे सेवक उभे होते. त्यांनी आत जाणाऱ्या प्रत्येकाच्या हाताच्या कोपरापाशी एक एक काठी बांधली. त्यामुळे त्यांचे हात ताठ

राहणार होते. कोपराजवळ हात वळणार नव्हते.

देव आणि दानवांनी पंगतीत जायला गडबड केली. दोन बाजूच्या दोन रांगात ते जाऊन बसले.

एक पंगत दानवांची होती तर दुसऱ्या बाजूची देवांची.

मधल्या पंगतीमधे बसले बिचारे मानव.

सेवक ताटं घेऊन येऊ लागले.

प्रथम त्यांनी दानवांपुढे ताटं ठेवली. मग देवांपुढे ठेवली.

मानव मधल्या पंगतीत होते. त्यांनी आपापसांत जराशी कुजबुज केली व सारे देवांच्या दिशेनं तोंड करून बसले.

ताटं येऊ लागली, तसा सुग्रास अन्नाचा वास सुटल्यामुळे साऱ्यांच्या भुका खवळल्या.

सारे पदार्थ छान छान...

त्यांचा तो खमंग वास...

ताटातली ती सुंदर मांडणी..

कधी एकदा आपण जेवतो असं प्रत्येकाला वाटू लागलं. एकेकाचा हात पुढे झाला.

घास उचलला गेला...

पण...

हातातोंडाची गाठच पडत नव्हती. एवढं चांगलं जेवण. पण जेवणार कसं...?

अनेकांना, विशेषत: दानवांना प्रजापतीचा खूप राग आला. पण काही बोललं तर... राज्याच्या वाटणीसाठी प्रजापतीचं असलं विचित्र वागणं सहन करायलाच हवं होतं.

आडदांड आणि हावऱ्या दानवांना कुठला धीर निघायला? त्यांची भूकही मोठी, त्यामुळे ती आवरणं देखील कठीण.

त्यांनी सरळ पालथं पडून पानांत तोंड घातलं. पशुसारखं त्यांनी पदार्थांत तोंड खुपसून खायला सुरुवात केली.

दानवांची तोंडं पदार्थांनी माखून गेली. ते मोठे विचित्र दिसू लागले.

देवांनी हे पाहिलं. प्रजापतीनं आपली परीक्षा पाहण्यासाठीच ही अशी मेजवानी दिली आहे हे त्यांनी ओळखलं. दानवांसारखी फजिती करून घ्यायला नको म्हणून ते स्वस्थ बसले.

मानवांनी आपल्या समोरची ताटं पाहिली. पदार्थ पाहिले. अचानक एका मानव नेत्यानं आपल्या शेजाऱ्याच्या कानांत कुजबूज केली. काही क्षणांतच सारे मानव एकमेकांच्या कानी कुजबुजले.

साऱ्यांच्या तोंडावर हसू उमटले.

प्रत्येकानं आपला हात समोरच्या ताटात घातला. घास उचलला...

आणि समोरच्या देवाच्या तोंडी घातला. ते सारे चक्क समोरच्या देवांना भरवू लागले. देव ते सारं भराभर खाऊ लागले.

आपलं पोट पूर्ण भरल्यावर देवांनीही थोडंफार मानवांना भरवण्याचा प्रयत्न केला. पण तेवढ्यात जेवणाची दिलेली वेळ संपली.

तोंड घाण, कपडे घाण, अर्धं शरीर भात, भाजा आणि अन्य पदार्थांनं लडबडलेलं. दानव या धडपडीनंतरदेखील अर्धपोटीच राहिले होते.

तर देवांनी आपलं कर्तव्य नीटपणे पार न पाडल्यानं मानव अर्धपोटी होते.

देव मात्र पोटभर जेवण झाल्यानं आनंदित होते.

राजा प्रजापतीनं सर्वांना हात तोंड धुवून येण्यास सांगितलं.

सारे त्याप्रमाणे आले. प्रजापती तिथं आला. आणि त्यानं आपला निर्णय सांगण्यास सुरुवात केली.

''मित्रहो, आजच्या जेवणाच्या निमित्तानं मी तुमची परीक्षा घेतली. तुमच्या वृत्तीची, प्रवृत्तीची परीक्षा. तुमच्या वागण्याची आणि तुमच्यावर टाकण्यात येणाऱ्या जबाबदारीविषयी लायकीची परीक्षा. त्याप्रमाणे मी माझ्या राज्याची वाटणी करणार आहे.''

''मी केलेल्या वाटणीला विरोध करेल त्याला काहीही मिळणार तर नाहीच. वर दंड मिळेल.''

''दानव हो, तुम्ही आडदांड आणि अधीरे तर आहातच. वर मूर्ख आणि अधाशीही

आहात. आपल्या बुद्धीचा उपयोग तुम्ही करतच नाही.''

''मी तुमच्या योग्यतेप्रमाणे तुम्हांला अंधाऱ्या पाताळलोकी पाठवतो आहे. ते राज्य तुमचं. ते सोडून तुमच्यापैकी कुणीही वर, इतरत्र येण्याचा प्रयत्न कराल तर, तुम्हांला मृत्युदंड मिळेल. जा... निघा इथून....''

प्रजापतीचं रागाचं बोलणं ऐकून फजित झालेले दानव तिथून पळालेच.

प्रजापती पुढे म्हणाला, ''देवहो, तुम्ही शक्ती व बुद्धीनं सर्वांत थोर. पण स्वत:हून काही करायला नको. भोगी, चैनी आणि आळशी झाला आहात. नवीन काही करणं नाही. नवी आव्हानं स्वीकारणं नाही. त्यामुळे बुद्धीचा उपयोग आणि कष्ट घ्यायला तुमची तयारीच नाही.

मी तुम्हांला अतल म्हणजे अंतराळाचं राज्य देतो. तिथं सुख आहे. भोग आहेत. अगदी कंटाळा येण्याएवढे भोग आहेत. पण जे व जेवढं आहे ते तेवढंच मिळेल. नवं काही नाही. तेच तेच कंटाळवाणं आयुष्य तुम्ही जगत राहाल.

या मानवांनी तुम्हाला जेवू घातलं. पण मोठेपणाच्या घमेंडीत तुम्ही आपलं पोट भरेपर्यंत त्यांना जेवू घालण्याचा विचारही केला नाहीत.

तुम्ही यापुढे कधीही मानवानं दिल्याशिवाय अन्नाचा उपभोग घेऊ शकणार नाही. ते देखील नैवेद्य म्हणून वासानंच घेऊ शकाल. कोणत्याही सुखाच्या उपभोगासाठी तुम्हांला पृथ्वीवर मानवरूपातच यावं लागेल. चला, जा आपल्या राज्यांत...''

प्रजापतीचं बोलणं ऐकून देव लगेच तिथून निघून गेले.

मग राजा प्रजापतीनं मानव समुदायाकडे पाहिलं.

''मानवहो,'' प्रजापती बोलू लागला, ''तुम्ही सर्वांत दुबळे. तुमच्याकडे दानवांची शक्ती नाही की देवांइतकी चलाख बुद्धी नाही. पण जे आणि जेवढं आहे, ते योग्यप्रकारे वापरण्याची इच्छाशक्ती आहे. नवी आव्हानं स्वीकारण्याची तुमची तयारी आहे.''

"माझ्या मुलांनो, तुम्हांला बुद्धी आहे. आळस नाही. तुमच्यांत स्वार्थापलीकडे विचार करून दुसऱ्याला मदत करण्याची तयारी आहे.

एकमेकांना मदत करून आपण सारे सुखी होऊ शकतो. नवं आव्हान धैर्यानं स्वीकारून विचारानं आपण त्यावर विजय मिळवू शकतो. आजचा हा नवा धडाही तुम्ही लगेच शिकलात. तुम्हांला नवनवी आव्हानं मिळावीत. ती घेऊन तुम्ही आपली अधिकाधिक प्रगती साधावीत यासाठी योग्य जागा म्हणजे भूतल. ही पृथ्वी. हे राज्य तुमचं. परस्परांना साहाय्य, दुसऱ्याच्या सुखाचा आधी विचार, डोळस प्रयत्न हाच सुखाचा मार्ग. हाच तुमचा धर्म. माणुसकीचा धर्म.

जा, आपल्या राज्यात. सुख द्या आणि सुखी व्हा."

प्रजापतीच्या सांगण्याप्रमाणं वागून माणूस जेव्हा नवी आव्हानं स्वीकारतो, इतरांचा विचार करतो, दुसऱ्यांना सुख द्यायला धडपडतो, तेव्हाच तो खरा सुखी होतो.

एकमेका साह्य करू...
आणि इतर कथा

शरद दळवी

हे पुस्तक **माझं** आहे.

मेहता पब्लिशिंग हाऊस

EKMEKAA SAAHYA KAROO... ANI ITAR GOSHTI
by Sharad Dalvi

एकमेका साह्य करू... आणि इतर कथा / बालसाहित्य
शरद दळवी, ४, ब्ल्यू बेले, शांतीनेज, तांबा कॉलनी, पणजी, गोवा

प्रकाशक : सुनील अनिल मेहता
मेहता पब्लिशिंग हाऊस, १९४१, सदाशिव पेठ, माडीवाले कॉलनी, पुणे ३०.
✆ ०२०-२४४७६९२४
E-mail : info@mehtapublishinghouse.com
Website : www.mehtapublishinghouse.com

मुद्रक : टेक्श्रेष्ठा सोल्यूशन्स प्रायवेट लिमिटेड, भारत

प्रथमावृत्ती : सप्टेंबर, २००६
द्वितीयावृत्ती : जानेवारी, २०१५

मुखपृष्ठ व आतील चित्रे : घनश्याम देशमुख

किंमत : ₹ ६०/-

ISBN 81-7766-708-4

अनुक्रम

"राजूऽ..." गुरुजींनी वर्गात येताच राजूला प्रथम हाक मारली. त्यांचा स्वरही रागीट होता. जगदाळे गुरुजी यंदा प्रथमच वर्गशिक्षक म्हणून आले होते. तसे ते शाळेत देखील नवेच होते. सहा महिन्यांपूर्वीच आधीचे शिक्षक निवृत्त झाल्यामुळे ते बदलून आले होते.

नेहमी हसत येणारे, मुलांची चौकशी करणारे, उत्तम शिकवणारे गुरुजी... आज काही तरी बिघडले होते. साऱ्या वर्गाला त्याची जाणीव झाली.

सारा वर्ग उठून उभा होता. जगदाळे गुरुजींचं कुणाकडं लक्ष नव्हतं.

"पुढे ये..." त्यांच्या आवाजातला रागीटपणा तसाच होता.

राजूचं काळीज क्षणमात्र जोरात धडधडलं. वर्गप्रमुख म्हणून आपलं काही चुकलं का याचा त्यानं विचार केला– नाही. त्याचं काही चुकलं नव्हतं.

बहिष्कार

"राजू, मी या वर्गाबद्दल खूप ऐकलं होतं. हा वर्ग, मुलं, त्यांचा अभ्यासूपणा, त्यांच्यातला एकोपा... सारं सारं फार चांगलं होतं. असल्या वर्गाचा मी वर्गशिक्षक आहे, याचा मला फार अभिमान होता."

"पण माझा तो गैरसमज होता. तुम्ही खोड्या करता. मुलांनी करायला पाहिजेत. पण एखाद्या मुलाला असं दुष्टपणानं वागवायचं हे अयोग्य आहे. मुलांनो, लहान-मोठा, जातीपाती हे सारे भेदभाव माणसाने निर्माण केलेत. ते देखील आपल्या स्वार्थासाठी. स्वतंत्र भारतात आपण सारे सारखे आहोत. समान आहोत. कुणी अस्पृश्य नाही."

"आपल्याला पाठ्यपुस्तकांत सुरुवातीला एक शपथ आहे. वाचलीय तुम्ही?"

मुलांनी होकारार्थी माना हलवल्या. सारा वर्ग अद्याप उभा होता. मुलांबरोबर गुरुजीही.

"तुम्ही सर्वांशी समान वागण्याची शपथ घेतलीत खरी; पण तुम्ही या पन्नास-पंचावन्न मुलांच्या वर्गात एकोप्यानं राहू शकत नाही..." जगदाळे गुरुजी बोलत होते.

मुलं ऐकत होती. पण गुरुजी का रागावले आहेत हे अजूनही त्यांना समजले नव्हते.

"माणसानं माणसाला वाळीत टाकायचं, बहिष्कार घालायचा हा गुन्हा आहे. मुलांनी तरी असे वागू नये. या वेळी मी फक्त सांगतो आहे. शिक्षा करत नाही. यापुढे असे वागू नका. ते तुम्हाला आणि मला लाजिरवाणे आहे. यापुढे प्रल्हादला तुमच्यात घ्या. घेणार ना?"

गुरुजींच्या प्रश्नावर सारा वर्ग शांत होता. कुणीच काही बोलत नव्हते. सारे चुळबुळत होते. त्यांची मूक संमती आहे असं मानून जगदाळेंनी हाताने बसण्याची मुलांना खूण केली. आपली खुर्ची त्यांनी हाताने पुढे ओढली.

"नाही," त्याच वेळी बंदुकीच्या गोळीसारखे शब्द आले.

गुरुजींनी आवाज ओळखला. आवाज ऐकून त्यांना धक्काच बसला.

"हनुमंत तू...?" त्यांनी आश्चर्यानं विचारलं.

लहान असून अतिशय हुशार, शहाणा, नम्र, चांगल्या वागणुकीसाठी, साक्षरतेचं मोठं काम केल्याबद्दल खुद्द शिक्षणमंत्र्यांच्या हस्ते बक्षीस घेतलेला हा हनुमंत...

"गुरुजी, आपल्याला वाटते, पटते ते स्पष्ट बोलणे लोकशाहीत आवश्यक असते, असं तुम्ही नागरिकशास्त्र शिकवताना सांगितले होते. मला काही सांगायचंय, जर तुम्ही परवानगी दिलीत तर सांगेन." हनुमंत नम्र पण ठाम स्वरात म्हणाला.

गुरुजींनी त्याच्याकडे टक लावून पाहिलं. गोरटेला, उभट चेहऱ्याचा, उंच व शेलाटा, चेहऱ्यावर निश्चयी भाव, डोळ्यात हुशारीची चमक... हा पोरगा या वर्गाला नव्हे, साऱ्या गावाला हलवू शकतो...? गुरुजींनी काही न बोलता, त्यालाच पुढं बोलायची खूण केली.

"आम्हाला स्पृश्य, अस्पृश्य म्हणजे काय हेच माहीत नव्हते. आम्ही मराठा आहोत, शिंपी, लोहार, ब्राह्मण, महार, चांभार, सारे आहोत. इथं अस्पृश्य कुणीच नाही. आम्ही एकमेकांत खेळतो. खातो, पितो, घरी जातो येतो. अस्पृश्य म्हणजे काय? आम्हाला माहीतच नाही." हनुमंत सरळ आणि स्पष्ट बोलत होता.

"तुम्ही प्रल्हादविषयी म्हणेपर्यंत तुम्ही का रागावलात हेच आम्हाला कळले नव्हते. आम्ही प्रल्हादला खेळायला घेत नाही. त्याच्याशी संबंध ठेवत नाही. खरंय. पण का?..."

"वर्गप्रमुख म्हणून राजूनं त्याला कुठं बसायचं विचारलं. त्यानं पुढं दिलेली जागा नाकारून मागची घेतली. त्या खिडकीजवळच्या कोपऱ्यातली. इतक्या मागे बसायला कुणी तयार नाही. आठवड्याला आम्ही जागा बदलतो. तो त्याला तयार नाही. म्हणून आम्ही त्याच्या शेजारी बसू शकत नाही. खेळायला घेत नाही. कारण..."

"प्रल्हाद, पुढं ये." हनुमंतानं पुढं बोलावलं.

तो आढेवेढे घेऊ लागला. गुरुजींनी बोलावल्यावर त्याला पुढे यावे लागले.

"हात पुढे कर." हनुमंत म्हणाला. "गुरुजी त्याचे हात, पाय पाहा. त्याचे केस पाहा.

हातापायांवर खरूज आहे. डोक्यातही काहीतरी झालंय. केस वाढवलेत. पण कधी ते नीट ठेवत नाही. त्याची नखं पाहा. त्यातला मळ पाहा. आमच्या वर्गातला बनसोडे, कुंभार, लोहार, कुठल्याच मुलाकडं एवढा घाणेरडेपणा नाही...''

''अरे पण...'' जगदाळेंनी मध्ये बोलण्याचा प्रयत्न केला. पण हनुमंताचं लक्ष नव्हतं. तो आपल्या नादात बोलत होता.

''त्याला डॉक्टरांकडं जाऊ म्हटलं. औषधं-उपचार सारं फुकट मिळतं. हा यायला तयार झाला नाही. असल्या घाणेरडं राहणाऱ्या आणि खरूज, नायटे झालेल्या मुलाला कसं खेळायला घ्यायचं? त्याचे रोग संसर्गजन्य नाहीत? त्याला मदत देऊ केली. प्रेमानं सांगितलं. तो आपला हट्ट सोडत नाही. आम्ही त्याला आपल्यात घेणार नाही.'' हनुमंतानं स्पष्ट सांगून टाकलं. साऱ्या मुलांच्या मानाही हलल्या.

आपण उतावीळपणा केला. सारी चौकशी न करता रागावलो हे गुरुजींच्या ध्यानात आलं. त्यांना वाईट वाटलं. स्वत:चा रागही आला.

''माझंच चुकलं बाळांनो. ठीक आहे. आता आपला अभ्यास सुरू करू. राजू, प्रल्हाद आणि

हनुमंत, तुम्ही शाळा सुटल्यावर मला भेटा. सरळ घरी जाऊ नका...''

मग नेहमीप्रमाणे अभ्यास सुरू झाला.

गावाच्या दक्षिण टोकाला सारे निघाले होते. मध्ये मध्ये येणारे सांडपाण्याचे ओघळ, मुलांनी केलेली घाण, कुठंही टाकलेला कचरा यांच्यावरून अडथळ्याच्या शर्यतीसारखे उड्या मारून जाताना गुरुजींची तारांबळ उडत होती. निरनिराळ्या भयंकर वासांनी आपल्याला गरगरेल असं त्यांना वाटत होतं.

मुलं मात्र भराभर उड्या मारत निघाली होती. अखेर गावाच्या एका टोकाला, जवळ जवळ बाहेरच, एका मातीच्या छप्परवजा घरापाशी येऊन ते सगळे थांबले.

जगदाळेंनी ते सारे घर व परिसर न्याहाळला.

जमिनीच्या पातळीवरच एक दोन खणी घर होतं. मातीच्या भिंतीवर धाब्याचं छप्पर होतं म्हणून घर म्हणायचं. नाहीतर ते खोपटंच.

त्या खोपटाच्या चारी बाजूला कचरा विखुरलेला होता. उजव्या बाजूला आणि मागं सांडपाण्यामुळं सारी दलदल झाली होती. त्यात पावसाच्या पाण्याचे, आजूबाजूच्या सांडपाण्याचे ओघळही मिसळले होते. त्यामुळं घराच्या भिंतींवरही ओल आली होती.

''घरात कोण आहे का पाहा...'' गुरुजींनी सांगितले.

प्रल्हाद चिखल तुडवत दारापर्यंत गेला. पण तिथंच न थांबता तशाच घाण स्लिपर्सनी घरात गेला.

हनुमंत आणि राजूनं एकमेकांकडे पाहिले.

हा प्रल्हाद शिंदे याच वर्षी शाळेत आला होता. त्याची आई गेल्या वर्षी गेली. ती गेल्यावर याला सांभाळणारं कुणी नव्हतं. म्हणून त्याच्या मामानं त्याला इथं आणलं होतं. त्याच्या मामाला एक मुलगी होती. पण शाळेत जाण्याच्या वयाची अद्याप झाली नव्हती. मुंबईला असणारा प्रल्हादचा बाबा त्याच्या खर्चाचे पैसे पाठवायचा.

प्रल्हाद गेल्यावर एक मिनिटात बाळा बाहेर आला.

''राम राम मास्तर...''

''रामराम बाळाजी...''

''काय काम काडलं जीऽ ?''

''हा तुमचा भाचा माझ्या वर्गात आहे. त्याला खरुज, नायटे झालेत. बघितलंत...''

''आमी गरीब मान्सं... पावडर साबन...''

“ती कशाला लागते?” गुरुजींनी विचारलं.

बाळा गडबडला.

“बाळाजी, स्वच्छ राहायला खर्च येत नाही. रिठ्याचं झाड असतं. रिठ्याची फळं फुकट आणता येतात. नखं काढायला गरीब माणसांना बंदी नाही. लिंबाची झाडं गावात आहेत. तुमच्या परड्यात एक आहे. त्याची काडी काढून दात स्वच्छ करता येतात. हे असं या देशातली हजारो गरीब माणसं करतात. मातीनं घासून हात स्वच्छ करतात. दगडानं अंग घासतात. तरीसुद्धा ते निरोगी आहेत.” गुरुजींनी सांगितलं.

“अवो पन...”

‘‘बाळाजी, हे घर बघा. हा चिखल बघा, कचरा बघा, पाणी साचतंय ते बघा. ही घाण का राहिली? आळस सोडून जर स्वच्छता केलीत...’’

‘‘आमी गरीब मान्सं. पोटामागं धावाय लागतं...’’

‘‘त्यातच रोज अर्धा तास घरातलं काम...’’

पण बाळा गुरुजींना बोलूच देत नव्हता.

‘‘थट्टा करताय व्हय गरिबाची? अवो, आदीच घरादाराला आजारपणानं पछाडलंय. कायतरी लागीर झालंय बगा. मला थंडीताप येतो. चार दीस धड जात्यात. मग पुन्ना थंडीताप आनि गरीबाला सुया टोचून घ्याला परवडाय पायजे की!’’

‘‘मग सरकारी दवाखान्यात जायचं...’’ एवढं बोलला आणि हनुमंतानं जीभ बाहेर काढली. मोठ्या माणसांच्या बोलण्यात आपण मध्येच तोडं घालणं चूक हे त्याच्या ध्यानी आलं होतं.

‘‘तितं कशाला जायाचं? मरायला? माजी भन– या पल्याची आई तितल्या औषदाने मेली. गरिबाला वाली हाय कुटं?’’ बाळाने परत आपल्या गरिबीचं तुणतुणं वाजवलं.

कुठलीही गोष्ट तो गरिबीवर नेणार याची जगदाळे गुरुजींना खात्री पटली.

‘‘ठीक आहे. बाळाजी, तुझ्या गरिबीचं नंतर पाहू. आधी बाहेरच्या बाधेनं तुझ्या घरातल्या आजाराचे पाहू. आजार बरा करायची आमची जबाबदारी. खर्च आमचा; पण निदान सहा आठवडे आम्ही सांगू ते सारं करायला हवं. जर झालं नाही तर आम्ही दंड म्हणून तुला शंभर रुपये द्यायचे. झाला आजार बरा, तर तू काही द्यायचं नाही. आहे कबूल?’’ गुरुजींनी विचारलं.

बाळानं विचार केल्यासारखं केलं! त्याचा थंडीताप, पोरीची कायमची सर्दी आणि बायकोचा खोकला यानं तो बेजार झाला होता.

आतून बायको खोकली आणि लगेच त्याचा विचार ठरला. या सौद्यात त्याचं काहीच जात नव्हतं.

‘‘मास्तर, तुमचं पटतंय मला, पन आमी गरीब मान्सं, खर्चाचं काय असलं तर...’’

‘‘काही नाही. मग?’’ गुरुजींनी त्याचं गरिबीचं गाणं मध्येच थांबवलं.

‘‘मग काय, तुमी म्हनाल तसं करीन. माज्या पोरीशप्पत. मला हाय मंजूर...’’ बाळा म्हणाला.

‘‘बराय तर. राजू... हनुमंत...’’

"गुरुजी, आपण काही करू नका. फक्त अडलो तर सांगा. परिसर अभ्यासाचे धडे ध्यानात आहेत आमच्या." दोघांनी सांगितले.

"मग केव्हापासून काम सुरू करताय...?"

"आज, आत्तापासून. घरी दप्तर ठेवून केंद्रात जातो. तिथनं पावडर आणून चारीकडे टाकतो. मग उद्या बाकीचं काम. उद्यापासून रोज थोडं सकाळी, थोडंसं संध्याकाळी..."

हनुमंताच्या बोलण्यावर गुरुजींनी समाधानानं मान डोलावली. काम मार्गी लागले होते.

एकेक दिवस म्हणत पाच आठवडे उलटून गेले होते. जगदाळेंनी मुलांना काही विचारले नव्हते. तसंच मुलांनीही काही अडचण विचारली नव्हती. त्यांनी या वर्गाविषयी आधी ऐकलं होतंच. पण इथे आल्यावर नऊमाही परीक्षेच्या वेळी अनुभवही घेतला होता. काही विचारून त्यांच्यावर अविश्वास दाखवल्यासारखं होईल असं त्यांना वाटत होतं.

प्रल्हाद अद्याप कोपऱ्यात बसत होता. एकटाच बसे. पण मुलं-मुली त्याच्याशी बोलताना दिसत. त्याला अभ्यासात मदतही करत असावीत.

"गुरुजी, आज सायंकाळी आपण प्रल्हादच्या घरी येऊ शकाल?" एक दिवस ते वर्गातून बाहेर निघताना राजूनं विचारलं.

साऱ्या वर्गाचे डोळे त्यांच्याकडं होते. साऱ्या वर्गानं आपलं काम मिळून पुरं केलं असावं. आठवडाभर आधी साऱ्यांना आपलं काम कसं झालंय, हे कळायची उत्सुकता लागली असावी.

पण आपल्याला जुनं काही ध्यानात नसल्याचा त्यांनी आव आणला.

"आज.... अं... सायंकाळी... बरं... बघू. असं करा कुणीतरी मला बोलवायला या." ते म्हणाले. खरं तर ते मुलांपेक्षा अधिक उतावीळ झाले होते. त्यांना खात्री होती की, पोरं शेवटच्या ठोक्यापासून दहा सेकंदात आपल्याला पकडतील. पण त्यांच्याबरोबर जाण्याआधी त्यांना स्वत:ला काही तयारी करायची होती-

शाळेची शेवटची घंटा झाली आणि अर्ध्या मिनिटात मुलं त्यांना न्यायला आली. त्यांना आलेलं पाहताच गुरुजींनी आपली पिशवी खांद्याला लावली.

ते तिघेही बाळाच्या घराकडं निघाले. रस्ते तसेच वेडेवाकडे होते. चिखलानं भरलेले. गुरुजी मुलांच्याबरोबर झपझप चालले होते.

अखेर ते बाळाच्या घरापाशी येऊन पोचले.

घराच्या जागेपाशी पोचले आणि समोर नजर जाताच जागीच खिळून राहिले. समोरचं सारं दृश्य वेगळंच दिसत होतं. याच जागेत आपण सव्वा महिन्यापूर्वी आलो होतो, हे त्यांच्या स्वत:च्या मनाला खरं वाटत नव्हतं. सारा परिसर बदलून गेला होता.

सारं आवार साधारण समतल केलं होतं. दक्षिण दिशेला उतार होता. घराच्या भोवती सुमारे पाच फूट अंतर ठेवून एक चर खणला होता. साऱ्या आवाराभोवती चर होताच. सुमारे एक फूट खोलीचा चर. त्यामुळं बाहेरचं येणारं पाणी त्या चरातून दक्षिणेला उताराकडं जात होतं.

त्या चराच्या आत हाता-हाताच्या अंतरावर सुबाभळीची रोपं लावली होती. चरावरून पलीकडे जाण्यासाठी दोन फरशा टाकल्या होत्या. त्यामुळे सहज पलीकडे जाता येत होतं. घराकडे जाणारी वाट सरळ आणि स्वच्छ होती.

संपूर्ण परिसर स्वच्छ आणि प्रसन्न दिसत होता.

गुरुजींच्या तोंडावर हसू फुललं. ते पुढं झाले.

"याऽऽ जी!" बाहेर येत बाळा म्हणाला. तो बराच तरतरीत आणि स्वच्छ दिसत होता.

"काय बाळाजी, बरं वाटतंय का?" गुरुजींनी त्याला विचारलं.

"व्हय जी. आता तापाचं मान कमी आलंय."

"आणि तुझ्या कारभारणीचा खोकला?"

"जवळ जवळ गेलाय. आता पोरीची सर्दीबी गेली." त्यानं उत्साहानं सांगितलं.

"घर कसं वाटतं? किती पैसे खर्च झाले?" गुरुजींनी प्रश्न केला.

"गुरुजी, कशाला लाजवतायसा गरिबाला." बाळा थोडासा अवघडल्यासारखा होऊन म्हणाला. मग क्षणभर थांबून बोलायला लागला.

"गुरुजी, पोरं लय गुनाची हैत. आत्ता डोळं उगडलं माजं. पैल्या दिशी सकाळी पोरं आली ती थेट कामालाच भिडली. आमी बगत न्हायलो. पोरांनी झाडलं. समदा कचरा काडला. लांब टाकला. मग मुरमाड आनाय लागली.

सांजला बायको म्हनली, पोरं आपल्या पायी राबत्यात. सकाळी काम केलं. सांच्याला शाळेतनं परत आली. आपन हातावर हात घेऊन बसायचं. लाजेनं मरान यील. दुसऱ्या दिवसापास्नं काय करायचं ते पोरांना इचारून घेटलं. लागलो कामाला...

पोरांनी त्या डागदराकडं न्हेलं. लय भारी मानुस... तपासून, इंजेक्शन मारून, दोगा पोरास्नी मलम दिलं. नव्याची नवी डबीच दिली बगा. औषदाला एक पैसा घेटला न्हाई."

"पोरांनी मागं न्हायाला आडुसा करून दिला. पोरीला न्हायाला घाटलं. तिच्या मापाची कापडं दिली. सरपंचाची सुमाक्का आणि सकपाळाची शेवंता घर सारवायला लागल्या..."

बाळा भडाभडा सांगत होता. ना सोयरे, ना धायरे, ना पैशाचं देणं-घेणं, तरीदेखील या पोरांनी सारे कष्ट केले. थोरामोठ्यांची पोरं आपल्यासाठी राबली, याचं त्याला मनापासून कौतुक वाटत होतं. पोरीला न्हाऊ-माखू घालणारी, बायकोला आपल्या आईचं जुनं लुगडं आणून देणारी सुमाक्का त्याला देवीसारखी वाटत होती. हे असलं पोरांचं वागणं त्यानं कधी ऐकलंदेखील नव्हतं.

पोरांनी घराभोवती पाच फुटाचं अंगण मुरूम टाकून चोपून घेतलं. कुठनंतरी सुबाभळीची रोपं आणून कशी लावली, नंतर भोपळा, तोंडली आणि बाकीच्या बिया कशा टाकल्या, कोपऱ्यात खड्डा काढून आंघोळीच्या पाण्याची जागा करून त्यात केळीचे मोने कसे लावले... सारं तो पुन्हापुन्हा सांगत होता.

पोरीवर मोठ्या बहिणीसारखी माया करणाऱ्या सुमाक्काबद्दल तर त्याच्या बायकोनं देखील परत परत कौतुकाचे शब्द काढले.

त्याचं बोलणं ऐकत ऐकत गुरुजी साऱ्या घराभोवती चक्कर मारून आले.

मुलांनी सारं काम अगदी शिस्तीत केलं होते. प्रत्येक गोष्टीत नीट योजना होती. पुढचा विचार होता, तसाच उपयुक्ततेचादेखील–

घराच्या मागच्या दाराला घेऊन न्हाणीचा आडोसा केला होता. त्याचं पाणी दक्षिण कोपऱ्यानं काढलं होतं, तिथं खाचर करून त्यात केळीचे मोने काढले होते. वेगवेगळ्या जागी लावलेले चार-पाच वेलही सरसरून आलेले होते.

पोरांनी आवाराचा आणि घराचाच नव्हे तर आतल्या माणसांचाही कायापालट केल्याचं दिसत होतं.

गुरुजी फिरून आले. घराच्या पुढच्या दाराला लागून दीड फूट उंच आणि तेवढाच रुंद ओटा केला होता. गुरुजी तिथं टेकले.

त्याच वेळी सुमाक्का तिथं आली. तिच्यापाशी एक शेळीचं करडू होतं. तांबूस रंगाची ती छोटी शेळी देखणी दिसत होती.

''गुरुजी, तुमच्या हातानं ही बहिणीची प्रेमाची भेट आमच्या लक्ष्मीला द्या.'' सुमन म्हणाली.

सुमाक्काचा आवाज आणि आपलं नाव ऐकून इतका वेळ लाजून दडून बसलेली बाळाची मुलगी धावत येऊन सुमाक्काला बिलगली.

केसाची वेणी, छान फुलाफुलांचा फ्रॉक घातलेली पोर. ही तीच किरकिरी, शेंबडी आणि घाणेरडी पोर हेही ओळखता येत नव्हतं.

तिनं सरळ विचारलं, "ही मालती?"

"नाही."

"कुनाची?"

"तुझीच!" सुमाक्का म्हणाली.

पोरीचे डोळे आनंदाने विस्फारले. तिच्या हातात दोर दिला. हळूहळू तिच्या अंगावरून हात फिरवायला लावून तिनं पोरीची भीती घालवली.

"नाव काय हिचं?" लक्ष्मीनं– बाळाच्या पोरीनं विचारलं.

"हरणी," सुमननं सांगितलं आणि गुरुजींना नमस्कार करून बाळा आणि त्याच्या बायकोचा निरोप घेऊन ती गेली.

"हनुमान, राजू, मला तुमचा अभिमान वाटतो बाळांनो. माझं नशीब मोठं म्हणून अशा गुणी वर्गाचा मी शिक्षक झालो. शिक्षणाचा उपयोग केलात. ज्ञानाचं सार्थक केलंत. परिसर अभ्यास सारे करतात. तुम्ही त्याचा डोळस उपयोग केलात. शाब्बास बाळांनो. कुणी कुणी काय काय केलं?" गुरुजींनी विचारलं.

"सगळ्यांनी मिळूनच सगळं केलं. श्रमदान केलं, ज्याला जे जमेल ते प्रत्येकानं आणलं. विरुपाक्षअण्णांचा मुलगा आपल्या वर्गात नाही. पण आम्ही मोकळ्या पोत्यांची चौकशी करायला गेल्यावर त्यानं पाच-सहा चांगली पोती आणून दिली..." हनुमंतानं सांगितलं.

"तू काय काय केलंस?" गुरुजींनी विचारलं.

"सगळंच. गुरुजी, सारी योजना त्यानंच केली. ती कशी करायची ती करवून घेतली आणि जे जिथं कमी पडलं ते त्यानं केलं. तो योजकच." राजूनं हसून सांगितलं. कारण आपल्या कामाविषयी हनुमंत अक्षर बोलणार नाही याची त्याला खात्री होती.

"...आणि गुरुजी, त्यानं मला स्वच्छता शिकवली. शरीराची आणि मनाचीही. माय गेल्यावर मला बाबांकडं मुंबईला जायचं होतं. तिथं गमती-जमती, सिनेमा, टीवी आहे. मला गावंढ्या गावात टाकलं, मी त्यांना नकोय असं मला वाटलं. रागावून मी

वेड्यासारखा वागत होतो. या गोड लक्ष्मीलासुद्धा वाईट वागवत होतो. पण आता... आता मी... मी इथंच राहून शिकेन. नीट वागेन,'' प्रल्हादनं सांगितलं.

''प्रल्हाद, प्रेमाला प्रेम मिळतं, रागाला राग. कळलं ना?''

''होय गुरुजी...''

''गुरुजी, ह्या शेळीचं पैसं... आमी गरीब...'' एवढं बोलून बाळानं जीभ चावली. ''चुकलं गुरुजी... वाइच च्या...''

''सांग. पण कमी गोड आणि अर्धाच कप आणि सगळ्या गोष्टी पैशानं मोजायच्या नसतात. हनुमंत, हा खाऊ दे त्या लक्ष्मीला. माझ्या हाताने घेणार नाही.'' गुरुजी म्हणाले.

बाळा आत धावला. जगदाळे गुरुजी आपल्या शिष्यांकडं आनंद आणि अभिमानाने पाहात राहिले.

एकमेका साह्य करू...

"हनुदादाऽ... हनुदादाऽ ऽ..." मागून धावत येणारी जाई हाका मारीत होती.

"काय झालं?" हनुमंताने थांबत विचारलं.

"तो अगदी वाईट आहे." जाईनं सांगितलं.

शाळेतनं घराकडं निघालेल्या हनुमंताला जाईनं मध्येच अडवलं होतं. तिला टाळून जाणं अशक्यच होतं.

"कोण गं चिमणे?" हनुमंतानं तिच्याजवळ चवड्यावर बसत म्हटलं.

"तो, तुझ्या विजारीसारखे कपडे घालतो तो..."

"पोलिसमामा..?"

"च्‌.... तो नाही काही, तो पत्रे देतो..."

"हं, पोस्टमन होय...?"

"हो... तो वाईट, दुष्ट..." जाई जोरात सांगू लागली.

"चिमणे, असं म्हणू नये मोठ्या माणसाला..."

"त्यानं का रडवलं आपल्यापेक्षा मोठ्या माणसाला?" तिनं रागानं विचारलं.

"रडवलं? कुणाला...?"

"आपल्या आजी म्हातारीला..."

तिच्या शब्दांनी हनुमंत चकित झाला. ऐंशीच्या पुढची, वाकून काठी टेकत जाणारी ही आजीबाई साऱ्या गावात "म्हातारी' म्हणून ओळखली जायची. अगदी पोरंटोरंसुद्धा. सारजाबाई शेलार हे नाव कुणालाही आता आठवत नसावं.

म्हातारीला कुणी नव्हते. एक पोरगी झाली तेव्हा नवरा कसल्यातरी साथीत मरून गेला. पोरगी दूर कुठल्या गावी दिली होती. तीही काही वर्षांमागं साप चावून मेली. नातू आता मोठा होता. तो मिलिट्रीत भरती झाला होता.

नातू पत्र लिहायचा. चार-सहा महिन्यांनी येणारं त्याचं पत्र म्हातारीला लॉटरी फुटल्यासारखा आनंद द्यायचं. साऱ्या गावाला पत्र दाखवीत पुन्हापुन्हा वाचून घेत फिरायची बिचारी.

पण पोस्टमननं काही वाईट बातमी...

"काय झालं जाई? पत्र दिलं नाही की काही..."

''दुपारी त्यानं आजीला पत्र दिलं. ती म्हणाली की जरा वाचून दाव रं बाबा... तर तो म्हणाला, चार आणे देशील तर वाचीन... ''

''मग?...'' हनुमंताने विचारलं. जाईला असे मध्ये मध्ये प्रश्न विचारावे लागत.

''आजी म्हटली, मी गरीब... कुटनं आनू चार आने... माजं गरीब म्हातारीचं काम कर येवडं... मग त्यानं पत्रच फेकलं की तिच्या अंगावर. वर बोलला काय तरी. तेवापासनं म्हातारी आजी रडती...''

एवढं ऐकलं मात्र हनुच्या मनाला चटका बसला. तो आपली तहानभूक विसरून गेला. जाईला घेऊन आजीकडं निघाला. जाईनं त्याचं दप्तर काढून आपल्या गळ्यात अडकवलं. अद्याप शाळेला जात नसल्यामुळं तिला दप्तर घ्यायला हौस वाटायची.

हनुमंता सरळ खोपटाच्या दाराशी आला.

म्हातारी आतल्या बाजूला हातानं पोस्टकार्ड चाचपत आपल्या मिचमिच्या डोळ्यांनी

त्याच्याकडं पाहात बसली होती. आपण यातलं कळून घेऊ शकत नाही, याचं दुःख तिच्या तोंडावर, सुरकुत्यांतूनसुद्धा दिसत होतं.

"आज्जे गंऽ, कुटं हायेस तू...?"

"कोन हाय रं लेकरा ऽ ऽ...?" तिनं जड आवाजात विचारलं.

"मी हनमंता. तुजं टपाल आलंय जनु..." त्यानं तिच्याच भाषेत विचारलं.

"व्हय रे लेकरा. वाचायाचं हाय..."

"आन्... दे माझ्याकडं. वाचून दावतो..." असं म्हणून त्यानं पत्र मनातल्या मनात वाचलं. उगाच काही वाईट बातमी असली तर...

मग त्यानं मोठ्यानं सावकाश ते पत्र वाचलं. तिच्या नातीला मुलगा झाला होता आणि नातवाला वरची जागा मिळून तो नाईक झाला होता. कुठं तरी हिमालयात होता म्हणे तो.

म्हातारी आनंदानं जणु वेडावली. ते पत्र तिनं दोन-तीन वेळा वाचून घेतलं. खरं तर खुशालीच्या पत्राशिवाय जावयांकडून कधी काही येत नसे. पण तेवढा नात्याचा धागाच म्हातारीच्या आनंदाचा ठेवा होता.

"थांब लेकराऽ.... गुळाचा खडा ठेवते हातावर..."

म्हातारी धडपडत उठण्याचा प्रयत्न करू लागली; पण अतिआनंदानं तिचे हातपायच थंड पडले असावे.

"थांब आज्जे, आलोच..." असं म्हणून हनुमंता धावला आणि काही क्षणात गुळाचा जरा मोठा खडा घेऊन आला.

"आज्जे, घे. मी पत्र वाचलं म्हणून मीच तोंड गोड करतो तुजं. घे चिमणे तुला– हा गूळ ठेव. चार जणींना सांग ही बातमी... शाळेत परत जायचंय..." असं म्हणून तो धावला.

"अरेऽ, पण खेळायचं केव्हा? अभ्यास... पुढच्या वर्षी सातवी. स्कॉलरशिपला बसायचंय... अडीचकीपर्यंत पाढे..." बंडू कुरकुरला.

"त्यांनी आपल्याला चालाबोलायला शिकवलं आणि आपण त्यांना शिकवायचं..? छे! काही तरीच...' शांतू तेली उद्‌गारला.

"असं एवढ्या मोठ्या माणसांना... अं... जमेल...?" सरपंचाची सुमन म्हणाली.

"मनात आणलं तर सारं जमतं." हनुमंत ठामपणे म्हणाला.

"हो तर... त्यांनी आपल्याला कडेवरनं फिरवलं. कुल्ले धुतले आपले. आता आपण

त्यांना शिकवू. वा. मजा आहे. बंड्या चांगले वेत कुठं मिळतील रे...?''

''कशाला?'' बंड्यानं विचारलं.

''बंड्याऽ... तुझ्या डोक्यांत घण आहे की ऐरण रे... शिकवताना छड्या द्यायला...''

''राजू ऽ... पुरे. उगीच अतिशहाणपणा नको करू! एप्रिलच्या पहिल्या पंधरवड्यात परीक्षा संपते. जूनच्या दहापासून शाळा, मग दीड महिना सुट्टी. तेवढ्या वेळात प्रत्येकानं दोन जणांना शिकवायचं...''

''दोनच का?'' शंकेखोर शांत्यानं विचारलं.

''त्यांना तरी नीट यावं...''

''नाही तर आपल्या झाडं लावण्यासारखं व्हायचं. गेली चार वर्षं चाललंय आपलं त्याच त्याच खड्ड्यात झाडं लावणं...'' राजूनं लगेच उदाहरण सांगितलं.

“आपल्याला बाकीच्यांचं काय करायचं? आपण आपलं काम करू.” हनुमंताच्या या बोलण्यावर सारे गप्प झाले.

“मग डॉक्टर दादाना...”

“त्यात काय विचारायचं? चांगलं काम करतोय ना? उगाच आधीच कशाला नगारे वाजवून जाहिरात...?” राजूनं शांतूला गप्प केलं.

“राजू, तुझंही बरोबर आणि शांतूचंही. चांगलं काम सुरू करायच्या आधी त्याबद्दल बडबड करू नये. शिवाय दादा रजेवर गेलेत. बहिणीच्या लग्नाला गेलेत, पंधरा-वीस दिवस इथं नाहीत. मग तेवढे दिवस फुकट घालवायचे? दादा आल्यावर सांगायचं, केलेलं काम दाखवू... काय?” हनुमंतानं विचारलं.

झालं, साऱ्यांनी माना डोलावल्या. मग हे काम कसं करायचं, याची चर्चा सुरू झाली.

“त्याला पाट्या पेणशिली कुनी आनायच्या?” शंकरनं विचारलं.

“धूळपाटी. बोटानं लिहायचं, सुट्टीत रोज जमेल तेव्हा... जमेल तसं...”

“दोनपेक्षा जास्त आले तर....?” सुमननं मध्येच प्रश्न केला.

“घ्यायचे. कुणाचा हिरमोड नाही करायचा. पण तीन-चार पेक्षा जास्त नकोच. नीट काम होणार नाही.” हनुमंतानी स्पष्ट केलं.

“आपन ल्हान, काम मोटं. व्हईल का...” शंकरनं शंका काढली.

“व्हईल बरं... व्हईल.” राजून सही सही त्याची नक्कल केली.

राजू महाव्रात्य आणि नकल्या होता. नक्कल करावी, चिडवाचिडवी करावी किंवा टोपणनावं ठेवावी यात तो वस्ताद होता. त्यात दोस्तांनाही सोडत नसे.

सतत शंका काढणारा, प्रश्न विचारणारा शांत्या प्रश्नचिन्ह, तर उंच, काटकोळा हनुमंता उद्‌गारचिन्ह होता. तरी मित्रांत भांडणं मात्र होत नसत फारशी.

“अरे शंकर, गोकुळात सगळ्यांनी हात लावला तर गोवर्धनासारखा डोंगर उचलला साऱ्यांनी, त्यापेक्षा का हे अवघड आहे?” सुमाक्कानं विचारलं.

“शिवाय एक शर्यत लावायची...”

शर्यत म्हटल्यावर साऱ्यांनी कान टवकारले.

“ज्याचं काम सगळ्यांत चांगलं तो वर्गप्रमुख पुढच्या वर्षी...”

“हं... म्हणजे तूच...” बंड्या म्हणाला.

“नाही हं बंडोबा. मागच्या वर्षी मी वर्गप्रमुख होतो. या वर्षी मीच आहे. पुढच्या वर्षी

मला नकोय. कंटाळा आलाय. मी या शर्यतीत नाही. मला यंदा शेतीत बाबाला मदत करायचीय. त्यांनी सांगितलंय तसं. मी जमेल तेवढं एक-दोन लोकांपुरतं काम करणार.''

हनुमंताच्या बोलण्यावर उलट-सुलट सूर उमटले. जरा जोरात चर्चा, वाद वगैरे झाले. अखेर सारं ठरवून बैठक मोडली.

पावसाळा अर्धामुर्धा झाला होता. श्रावण संपत आला होता. पावसानं जरा विसावाही घेतला होता. सण-वार, उत्सव, जत्रा वगैरेत माणसंही जरा सुस्तावली होती.

शुक्रवारी दुपारी अचानक पंचायतीपुढं एक जीप येऊन थांबली. तहसीलदार कचेरीची जीप ओळखून पंचायतीचा शिपाई पुढं आला.

''सरपंच आहेत का?'' तिशीतल्या तरुणानं जीपमधनं उतरून विचारलं.

''साहेब... आपण?''

''मी नवीन तहसीलदार. रामदास मोटे माझं नाव.'' त्या तरुणानं शांतपणे सांगितलं.

शिपाई लगेच आत धावला. पंचायतीतून कुणी स्वागताला येण्याआधीच मोटे आपल्याबरोबरच्या दोघांसह आत शिरले.

''या साहेब. मी ग्रामसेवक मुंढे. सरपंचसाहेब शेजारी गेलेत. बोलवायला पाठवलंय...''

''असू दे. मला खास काम नाही. ह्या साहेबांचं काम आहे.'' बरोबरीच्या दुसऱ्या तरुणाकडं बोट दाखवून तहसीलदार म्हणाले, ''हे काळे. यांचं साक्षरतेसंबंधी आकडेवारीचं काम होतं. माझ्या बरोबरीचे एक डॉक्टर मित्र आहेत इथल्या प्राथमिक आरोग्यकेंद्रात. म्हटलं गाव पाहावा, त्या डॉक्टर मित्रांनाही भेटावे...''

''पाठवतो बोलवायला...'' ग्रामसेवक गडबडीनं म्हणाले.

''नको. मीच जाईन. मित्र म्हणून भेटायला आलोय. तुम्ही त्यांच्या कामाचं बघा...'' तहसीलदार म्हणाले.

''नमस्कार साहेब. मी राजाराम भांड... इथला सरपंच. काय घेणार? काही थंड की गरम...'' स्वच्छ पांढरं धोतर, पिवळट नेहरू शर्ट आणि स्वच्छ खादीची गांधी टोपीवाले सरपंच आले होते.

''सरपंचजी, आत्ता खरंच काही नको. या काळेसाहेबांच्या कामाचं पाहा.'' मोटे साहेबांनी सांगताच काळे पुढं झाले.

मी साक्षरता प्रचाराचं काम पाहतो. गेल्या दोन वर्षांत तुमच्या तालुक्यातलं काम अगदी बंदच आहे. तुम्ही तुमच्या गावातही काही काम केलं नाही. किती लोक निरक्षर आहेत?'' काळेंनी विचारलं.

''असतील पाच-पन्नास. आणि साहेब, म्हातारी माणसं फार हट्टी बघा. पाया पडलं तरीबी यायला राजी नाहीत...'' सरपंचांनी आपली अडचण स्पष्ट केली.

''आकडा नक्की माहीत नाही?'' काळेंच्या प्रश्नावर सरपंचांनी ग्रामसेवक मुंढ्यांकडे पाहिलं. तो दप्तर उचलून शोधाशोध करीत होता.

''मी सांगतो...'' काळेंनी आपली बॅग उघडून कागद काढला. ''दोन वर्षांपूर्वीच्या शिरगणतीचे आकडे आहेत. सातशे स्त्री-पुरुष पूर्ण आंगठेबहाद्दर आहेत. गावाला काळिमा आहे हा. तुम्हाला वाटत नाही?'' काळेंनी विचारलं.

सरपंच गोंधळले. होय किंवा नाही, काहीही म्हणायचे त्यांना अडचणीचे वाटले.

''सध्या गावातले लोक एकत्र येऊ शकतील..?''

''ग्रामसभा...''

''नाही. शक्य तेवढे. पण जेवढे न शिकलेले, निरक्षर असतील तेवढे शक्यतो येऊ देत.''

''उन्हात, पावसाळ्याच्या दिवसांत इतकी शे-दोनशे माणसं बसवणार कुठं?''

''शाळेचा हॉल आहे...'' ग्रामसेवकानं काळेंच्या प्रश्नाचं उत्तर दिलं.

''शाळेची अडचण करून नको. पाच नंतर बोलावून घ्या माणसं. शाळा कधी सुटते?'' काळेंनी प्रश्न केला.

''ते बगतो आम्ही. सगळं शिस्तीत करतो बघा!'' सरपंचांनी आश्वासन दिलं.

लगेच ते सारे तहसीलदारांच्या मित्राकडं निघाले. तिथून तिघेही परस्पर सभेला पाचपूर्वी येणार होते.

बरोबर पाच वाजता माणसं शाळेच्या हॉलमध्ये जमली. बहुतेक सारी म्हातारी मंडळी होती. शंभरपेक्षा जास्त लोक होते.

सभेला सुरुवात झाली.

''ही साक्षरता मोहिमेची सभा आहे. काळेसाहेब सगळी माहिती सांगतील.'' एवढं लोकांना सरपंचांनी सांगितलं.

काळेंनी सभा आपल्या ताब्यात घेतली.

''तुमच्यापैकी कुणाला लिहिता-वाचता येत नाही? लाजू नका. हात वर करा.'' काळेंनी सांगितलं.

फक्त दोन-चार हात वर आले.

''सरपंच, तुमच्या गावात साठीवरचे पन्नास टक्के तर चाळिशीपुढचे पंधरा टक्के लोक अंगठेबहाद्दर आहेत असं शिरगणतीमध्ये म्हटलंय. मग इथं तर...''

सरपंच उठून उभे राहिले.

''म्हातारे, गणपा सुतार, सदू, राधाबाई... या पुढं या...'' सरपंचानी दहा-बारा नावं घेतली. ''या भराभर. तुमाला कुनी खात नाही.''

नावं घेतलेली मंडळी पुढं झाली.

''म्हातारेऽ तुला लिहाया-वाचायला येत नाही...''

''असं कोन म्हंतं?'' गावआजीनं उलट विचारलं.

''तुझी पत्रं कोन वाचतं?'' सरपंचांनी प्रश्न केला.

''माजी मी वाचती.'' म्हातारीनं जोरात सांगितल्यावर अर्धं गाव चकित झालं.

काळेंनी बॅगेतनं एक पुस्तक काढलं.

''आजी, हे वाचाल?'' त्यांनी हळूच विचारलं.

म्हातारीने आधी पुस्तक उलट धरलं. मग ते सुलट केलं. लोक हसले. पण म्हातारीनं तिकडे लक्ष दिले नाही.

सुरुवातीला जरा अडखळत; पण हळूहळू दोन-तीन ओळी तिनं व्यवस्थित वाचल्या. तिला पुस्तक डोळ्याजवळ धरावं लागत होतं.

''सदुभाऊ तुम्हाला...''

''लिहाया-वाचायाला येतं. वीसपर्यंत पाढे येतात. वाचू का...'' त्याने उत्साहाने विचारलं.

''राधाबाई...''

''मला येतं की धा पत्तर. उजळणीबी येती. आता भाजी, अंडी विकाय बरं पडतं. लोक हिशेबात फसवत न्हाईत.' राधाबाईनं ठासून सांगितलं, ''आता पाचा सत्ती, नऊ पाचा सगळं येतं.''

''तुम्ही शाळेत एवढंच शिकलात?''

काळे भराभर प्रश्न विचारत होते.

''छ्या:, शाळेचं तोंड पायलं न्हाई मी.'' राधाबाई म्हणाली.

''आता शिकल्यावर कसं वाटतं?'' काळेंनी विचारलं.

''मानसात आल्यागत वाटतं.'' सदू गवळी म्हणाला.

''आजी तुमी काय वाचता?''

''लेकराची पत्र. तीच काडून पुन्ना पुन्ना वाचतीय. पोरांनी मोट्या अक्षरातलं तुकारामाचं पुस्तक दिलंय, ते वाचती.'' आजीनं सांगितलं.

''बोलवा त्या राजू जोशीला... बाकीच्यांनाही बोलवा.'' काळेंनी सांगितलं.

राजूचे वडील शाळेत कसली सभा आहे ते बघायला त्याच वेळी हॉलमध्ये शिरत होते. आपल्या पोराचं नाव ऐकून ते जागच्या जागी थिजले. आपल्या खोडकर पोरानं हे काय

दिवे लावले आहेत असं त्यांना वाटलं.

साऱ्या गावासमोर आता आपली अब्रू जाणार या कल्पनेनं त्यांना घाम फुटला पण त्यांना येताना खूप जणांनी पाहिलं होतं. आता परत फिरलो तरी ते वाईट दिसणार होतं, म्हणून ते थांबले.

राजू, हनुमंता, बंड्या, शंकर, शांतू वगैरे अकरा पोरं आणि सुमाक्कासह पाच पोरी आत आली. सगळ्यांचे चेहरे गोंधळलेले, घाबरलेले होते.

"राधाबाई, तुम्हाला कुणी शिकवलं?"

"या सुमाक्कानं!"

"गणपतराव?"

"सावकारांच्या राजूनं!"

"गावकरी मंडळी, बघा. तुमच्या पोरांनी एक फार चांगलं देशसेवेचं काम केलंय. चांगलं काय ठरवलं, ते पार पाडलं. पण त्याचा गाजावाजा केला नाही. ह्या पंधरा पोरांनी आणि त्यांच्या इतर मित्रांनी एवढं मोठं काम केलं. त्यासाठी पैसा मागितला नाही. खर्च केला नाही. जे थोडं काही लागलं ते आपल्या खाऊच्या पैशातनं किंवा जुनी पहिलीची पुस्तकं, अंकलिपी वगैरे मागून आणून भागवलं."

"लोकहो, आपल्या या कामाने त्यांनी आपल्या या गावाचं नाव देशभरांत मोठं केलंय. त्यांना शाबासकी द्यायला शिक्षणमंत्री येणार आहेत. मी आता त्यांना बक्षीस द्यायला आलोय."

"यांनी एक शर्यत लावली आपापसांत. सगळ्यांत चांगलं काम करेल, तो पुढच्या वर्षी वर्गप्रमुख. यांत राजू जोशीचं काम सर्वांत उत्तम ठरलं. यंदाचा तो वर्गप्रमुख आहे. शाबास राजू... तुझं आणि तुझ्या मित्रांचं मनापासून अभिनंदन..." काळे राजूच्या पाठीवर शाबासकी देत म्हणाले. "बोल तुला काय बक्षीस..."

"पण ही कल्पना हनुमंताची होती..."

"पण तू ती राबवलीस. सगळ्यांत चांगली पुरी केलीस. सर्वांत जास्त आठ लोकांना साक्षर केलंस. वा! तुम्हा सगळ्यांना काय बक्षीस हवंय? बोला..."

"आम्हाला काही बक्षीस नको! काय रे हनु...?"

"सुमाक्का... खरं ना?" राजूनं विचारलं.

“होय.” सुमाक्का उत्तरली. “आम्ही हे बक्षिसासाठी नाही केलं.”

“सरपंच, ही तुमची मुलगी वाटतं? लोकसेवेचं तिला बाळकडू दिलेलं दिसतंय तुम्ही?” तहसीलदार म्हणाले.

सरपंचांनी फक्त स्मितहास्य केलं. पण त्यांच्या डोळ्यांत चमक होती. चेहरा फुलला होता.

“कुणाचीही, कसलीही मदत न घेता हे सारं काम केलंय त्यांनी. सुट्टीत नुसता वेळ आळसात फुकट घालवला नाही. त्यांनी हे कष्टानं, आपल्याला मिळालेल्या पैशानं केलं. चार पाट्या आणि पेन्सिली राजू जोशीनं आणल्या. काय रे राजूऽ, वडिलांना हे तुझे नसते उद्योग असं वाटून ते रागावणार नाहीत का...?” काळेंनी मोठ्यानं विचारलं.

“नाही. चांगल्या कामासाठी माझे वडील कधीच रागावत नाहीत.” राजू जरा जोरात म्हणाला. खरं म्हणजे हे कळल्यावर काय होणार म्हणून तो घाबरला होताच.

पण राजूच्या वडिलांची छाती फुगली.

“शिवाय यात राधामावशीनं, सदूभाऊ आणि लोहारआबांनी पैसे दिलेत. साऱ्याचा नीट हिशेब ठेवलाय मी.” तो पुढे म्हणाला.

“वा. छानच केलंस. तुम्हाला काय हवं?”

“या लोकांना वाचण्यासाठी मोठ्या अक्षरांची पुस्तकं द्या. एक वाचनालय चालवू.” सुमाक्कानं सांगितलं.

“वा. छानच. तुम्ही जगावेगळी पोरं आहात. तुमचं कौतुक करावं तेवढं थोडं. बरं काय बक्षीस ते आम्ही, मोठी माणसं ठरवतील. पण आता उरलेल्या लोकांसाठी साक्षरता वर्ग काढू. शिकणार ना...?” काळेंनी विचारलं.

“नाही... नाही... आमी वर्गात नाय येनार...” पाच-सात आवाज उमटले.

काळे चकित झाले. एक-दोन मिनिटं ते पाहात राहिले.

“का बरं... साक्षरतेचं महत्त्व...”

“माहीत झालंय आमाला. पन आम्ही आमच्या पोरांकडून शिकू किंवा एकमेकांकडनं शिकू...” एकाने सांगितले. साऱ्यांनी दुजोरा दिला. सगळ्यांना उत्साह आला होता.

“वा. छानच तर. ‘**एकमेका साह्य करू, अवघे धरू सुपंथ**’ असं होईल. पण यापुढं शिकणाऱ्या प्रत्येकाला पाट्या पेन्सिली आणि अंकलिप्या मिळतील.” काळे म्हणाले. साऱ्यांनी टाळ्या वाजवल्या.

“यानंतर आपले तहसीलदारसाहेब या मुलांना बक्षिसे देतील. कामाचे प्रमाणपत्र देतील.”

त्यांतर पंधरा मिनिटं तिथं राहून राहून टाळ्या वाजत होत्या. प्रत्येकाला छानसं पुस्तक आणि पेन मिळालं होतं.

कार्यक्रम संपला. सारे आपापल्या पोरांचं कौतुक करायला उत्सुक होते. पण पोरं कुठं होती?

ती आपल्या डॉक्टरदादाला बक्षिसं दाखवायला लगेच पळाली होती.

खो-खोचा खेळ जोरात सुरू होता. खेळात काही तरी कमी वाटत होते. नेमका रंग भरत नव्हता. काय आणि कुठं चुकत होतं हे मात्र नेमकं सांगता येत नव्हतं!

तसा प्रत्येक जण आपापल्या परीनं कसून खेळत होता. पण तरीही खेळ खुलत नव्हता.

जिल्हा क्रीडा महोत्सवाची जोरदार तयारी चालली होती. खो-खोमधलं पहिलं बक्षीस मिळवण्याची खात्री होती पण आज काहीतरी बिघडलं होतं. अवघ्या आठ-दहा दिवसांवर स्पर्धा आल्या होत्या. आणि... त्यात खेळाचे शिक्षक गोळाफेक आणि भालाफेक करणाऱ्या मुलांच्या सरावामध्ये गुंतले होते.

अंगारा

अखेर खेळ संपला. सारे खेळाडू घाम पुसत आपापले नेहमीचे कपडे चढवू लागले.
धडपणे घामही न पुसता लोहाराच्या म्हादूने कपडे घातले आणि तो वळला.
“काय झालंय महादेवा..?” मागून आवाज आला.
सावकाराचा राजू आणि विद्यार्थीप्रमुख झालेला हनुमंता उभे होते.
“आं कशाचे...? काय...?” म्हादूने विचारले.

"म्हादबाऽ... आज लक्ष कुठं होतं..? तुझ्यामुळे साऱ्या खेळाचा बेरंग होत होता. काय झालंय? काय त्रास आहे? आम्हाला... मित्रांना सांगणार नाहीस?" राजूने विचारले.

जोशी सावकारांचा राजू यंदा सातवीचा वर्गप्रमुख होता. गमत्या, खोडकर पण तरीही प्रेमळ राजू कोणाशीही थेट जवळीक साधत असे. शंभर मीटर्स आणि दोनशे मीटर्समध्ये पळण्यात पहिला नंबर घेतलेल्या म्हादूला खरं म्हणजे तो 'पळपुट्या' म्हणून हाक मारी तर आपल्या वजनाइतका भार उचलणारा जाधवाचा बंडू 'उचल्या' होता. सर्वांना अशी गमतीदार टोपणनावे देण्यात राजू वस्ताद होता. पण त्या नावात त्यांचे कौतुकही असायचे. त्यामुळे त्याचे मित्र त्याच्यावर रागवत नसत.

महादेव क्षणभर गप्प झाला.

"भन शीक आहे." तो म्हणाला.

"म्हादबा... काय होतंय तिला? कुठल्या डॉक्टरला दाखवली? किती दिवस झाले...?" राजूने प्रश्नांची फैर झाडली.

हनुमंताला म्हादूची बहीण आठवली. त्याच्यापेक्षा सात-आठ वर्षांनी लहान, सावळी पण तरतरीत आणि बोलकी पोर... तिचे टपोरे बोलके डोळे, सरळ तरतरीत नाक, गोल हनुवटी...

"कोण जाणे... काय समजत नाही. चार दिवस झाले. सांजवेळ झाली की मलूल पडती. अगदी हडकलीय पोर. मी घरी जाऊन तिच्यापाशी बसतो. काय बाय गोष्ट सांगतो. ती ऐकत गप पडते..." जड आवाजात म्हादू म्हणाला.

म्हादूच्या मागची दोन भावंडे अशीच लहानपणी किरकोळ आजाराचे निमित्त होऊन गेली होती. या लहान बहिणीवर त्याचा खूप जीव होता, हे त्याच्या साऱ्या मित्रांना माहीत होते.

"कोणत्या डॉक्टरला दाखवले?" हनुमंताने विचारले.

"डॉक्टरकडं न्हाई नेलं. आजी म्हणाली, भायरची बाधा झालीय. पोर लागीर हाय. तिला अंगारा लावा. न्हाई तर भगत बोलवा. अंगारा दिला. दुसऱ्या दिवशी चांगली बरी होती. परत सायंकाळी मलूल पडली... मग काल बा वाडीवर भगताकडे गेला. अंगारा घेऊन आला. आज त्याला आणायलाच जायचा होता. घरी आला असला तर..." म्हादूनं सांगितलं.

"चल, आम्ही पण येतो तुझ्या बरोबर." राजू म्हणाला.

सारेजण चटाचट पावले टाकीत म्हादूच्या घरी पोचले. दोन पाक्याचे चार खणी कौलारू

घर होते. म्हादूची म्हातारी आजी बाहेरच बसली होती. अंगणातच कट्ट्यावर बसून ती कुणाची तरी वाट पाहत होती.

ही पोरं चौकशीला आलेली पाहून म्हातारीला बरं वाटलं असावं. तीही पोरांबरोबर आत आली.

म्हादूची बहीण एका अंथरुणात पडली होती. तिने डोळे मिटले होते. चेहरा सुकला होता. ती बरीच आजारी असल्यासारखी वाटत होती.

म्हातारीनं लहान मुलांना बाहेरची बाधा कशी होते, आपला अनुभव केवढा मोठा, आपण ते नेमकं कसं ओळखलं, वगैरे सांगितलं.

राजू आणि हनुमंताने पोरीला झालेल्या बाधेमुळं काय काय होतंय, कसली लक्षणं दिसतात वगैरे सारं नीटपणे विचारून घेतलं. म्हाताऱ्या आजीनं अगदी सारं सविस्तरपणे सांगितलं.

तेवढ्यात बाहेर पावले वाजली. म्हादूचा बाप पावलं ओढीत आत आला आणि धप्कन खाली बसला.

"काय झालं बाबाऽ... भेटला न्हाई?" आजीने विचारले.

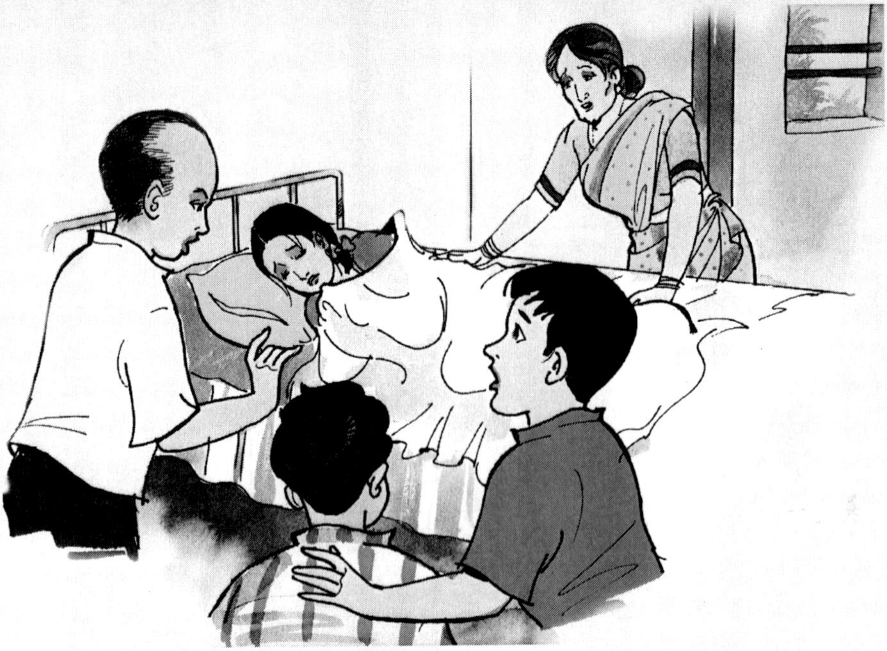

“त्यो, भनीच्या सासरी ग्येलाय. निकडीनं बोलवनं आलंय म्हनं...” म्हादूच्या बापाने सांगितले.

“आत्ता रं देवा...आतां? कसं व्हायचं पोरीचं?” म्हातारी हताशपणे म्हणाली.

सारं घर काळजीत बुडून गेलं.

एकवार राजू आणि हनुमंताची नजरानजर झाली. हनुमंताने हलकेच मान हलवली.

“आजी, मी एक बोलू...?” राजूनं विचारलं.

“आजी, मी लहान, तुम्ही किती तरी उन्हाळेपावसाळे पाहिलेत. तुम्ही लागीर झाल्याचं बरोबर ओळखलंत बघा. मागं मला असलं झाल्यावेळी बाबांनी मंत्रून अंगारा दिला होता. पण शरीरात आत शिरलेली बाधा वरनं तो लावून दूर होणार नाही म्हणून खायला दिला

होता.'' राजू सहजपणे सांगत होता.

महादेवचे आईवडील, आजी वगैरे सारेच त्याचे बोलणं एकचित्ताने ऐकत होते.

राजूचं बोलणं, त्याचे आविर्भाव वगैरे सारं असं होतं की म्हादूच्या घरच्यांची अवस्था पुंगीपुढे डुलणाऱ्या नागासारखी झाली होती.

''पोटात घेतल्यावर मला हळूहळू आराम पडायला लागला.'' राजू सांगत होता. ''पण आजी, तो मला सात दिवस पोटात घ्यावा लागला. मग तितकी वर्षे कसली बाहेरची बाधा होत नाही. तुला आठवते ना हनु...?'' राजूने मध्येच साक्ष काढली.

राजू नेमकं कशाचं काय सांगतोय, याची काहीच कल्पना हनुमंताला नव्हती. पण तो हे कशासाठी सांगतो आहे याची कल्पना त्याला लगेच आली. म्हणून त्याने लगेच होकारार्थी मान हलवली.

आजीने लगेच राजूबरोबर जाऊन अंगारा आणायला लेकाला सांगितले. कारण आता तिलाही नातीची काळजी वाटू लागली होती.

महादेवचे वडील थकून भागून आताच घरी आलेले आहेत, आम्हीच दोघे चार उड्या मारून जातो आणि अंगारा आणतो असे राजूने सांगितले. मग हनुमंत व तो अंगारा आणण्यास धावले.

आठ दहा दिवसांनंतर खूपशी बरी झालेल्या आणि कोवळ्या उन्हात खेळणाऱ्या नातीकडं पाहत आजी अंगणातल्या कट्ट्यावर बसली होती.

त्याच वेळी हनुमंत आणि राजू आले.

"याऽ... या बाळांनो! औक्षवंत व्हा. तुमी अंगारा आनलात.. त्या पायी पोर परत मिळाली... तुमी नसता भेटला तर.." म्हातारीला भरून आले.

"आजीऽ... आम्ही... आम्ही तुमची माफी मागायला आलोय... आम्ही फसवलं तुम्हाला... तुमच्याशी खोटं वागलो." दोघेही म्हणत होते.

म्हाताऱ्या आजीने त्यांना धरून आपल्याशेजारी बसवले.

"आजीऽ... तो... तो... अंगारा नव्हता.."

"आरं, नीट बसा आदी, कुनी येक जण सांगा."

"आजी, आम्ही डॉक्टरला सारं सांगून गोळ्या आणल्या. त्याची पावडर करून पुडी बांधली. त्यात जरा खांडसरी घातली. गोळ्यांचा रंग राखाडी होता. दुसऱ्या दिवशी तिला देवाला नेण्याच्या निमित्ताने घरी नेऊन डॉक्टरकडनं तपासणी केली. त्यानं त्या गोळ्यांच्या बरोबर शक्तीचं औषध दिलं. त्यांचं औषध अंगारा म्हणून दिलं..." हनुमंतानं सारं स्पष्ट करून सांगितलं.

"आजीऽ... क्षमा करा आम्हाला..."

"आम्ही खोटेपणा केला खरा..."

दोघेही मग बोलता बोलता एकदम गप्प झाले.

म्हादूची आजी आपल्या पाणवल्या डोळ्यांनी, मिचमिच करीत त्यांच्याकडे पाहत राहिली. सारं काही तिच्या बरोबर ध्यानात आलं होतं. आपला अंधविश्वास, भुताखेताच्या कल्पना... त्याबद्दलचा आग्रह...

तिला समोर बागडणारी नात दिसली... आणि तिचे काटकोळे थरथरते हात त्यांच्या पाठीवर फिरू लागले. "गुणाची लेकरं माजी... औक्षवंत व्हा... सुखी व्हाल बाळांनो..." तिचे ओठ पुटपुटत होते.